TRANZLATY

El idioma es para todos

Tungumál er fyrir alla

Las Aventuras de Alicia en el País de las Maravillas

Ævintýri Alice í Undralandi

Lewis Carroll

Español / Íslenska

Por la madriguera del conejo
Niður í kanínuholið

Alicia empezaba a cansarse mucho
Alice var farin að verða mjög þreytt
Estaba sentada junto a su hermana en el banco de hierba
Hún sat hjá systur sinni á grasbakkanum
Pero ella no tenía nada que hacer
en hún hafði ekkert að gera
Su hermana estaba leyendo un libro
systir hennar var að lesa bók
una o dos veces Alicia echó un vistazo al libro
einu sinni eða tvisvar kíkti Alice inn í bókina
Pero el libro no contenía imágenes ni conversaciones
en í bókinni voru engar myndir eða samtöl
«¿De qué sirve un libro sin imágenes?», pensó Alicia
"Hvaða gagn er af bók án mynda?," hugsaði Alice
"¿Por qué un libro no tendría conversaciones?"
"Af hverju ætti bók ekki að hafa nein samtöl?"
Pero tenía otras cosas que considerar
en hún hafði annað að huga að
"Hacer una cadena de margaritas sería un placer"
"Það væri ánægjulegt að búa til keðju af daisies"
"¿Pero vale la pena el esfuerzo de levantarse y recoger las

margaritas?"
"En er það fyrirhafnarinnar virði að standa upp og tína daisies??"
No era tan fácil pensar en esto
Þetta var ekki svo auðvelt að hugsa um
porque el día la estaba haciendo sentir somnolienta y estúpida
vegna þess að dagurinn var að láta hana finna fyrir syfju og heimsku
Pero de repente sus pensamientos se vieron interrumpidos
en skyndilega trufluðust hugsanir hennar
un conejo blanco de ojos rosados corrió cerca de ella
hvít kanína með bleik augu hljóp skammt frá henni

No había nada demasiado notable en el conejo
Það var ekkert ýkja merkilegt við kanínuna
y Alicia tampoco pensó que el conejo fuera notable
og Alice fannst kanínan heldur ekki merkileg
ni le extrañó que el Conejo hablara
Það kom henni heldur ekki á óvart þegar kanínan talaði
"¡Oh, Dios mío! ¡Llegaré demasiado tarde!", se dijo a sí mismo
"Æ, elskan! Ég verð of seinn!" sagði hann við sjálfan sig
pero entonces el Conejo hizo algo que los conejos no hacían
en svo gerði kanínan eitthvað sem kanínur gerðu ekki
el Conejo sacó un reloj del bolsillo de su chaleco

Kanínan tók úr úr vestisvasanum
Miró la hora y luego se apresuró a seguir adelante
Hann leit á klukkuna og flýtti sér svo áfram
Alicia se puso en pie, asombrada
Alice stóð á fætur, undrandi
¡Nunca antes había visto un conejo con chaleco!
Hún hafði aldrei séð kanínu í vesti áður!
¡Tampoco había visto nunca un conejo con reloj!
Hún hafði heldur aldrei séð kanínu með úr!
Alicia ardía con una nueva curiosidad
Alice logaði af nýrri forvitni
y corrió por el campo tras el Conejo
og hún hljóp yfir túnið á eftir kanínunni
Llegó justo a tiempo para ver desaparecer al conejo
hún var rétt í tæka tíð til að sjá kanínuna hverfa
El conejo saltó a una gran madriguera
Kanínan hoppaði niður í stóra kanínuholu
¡En otro momento, Alicia bajó detrás del conejo!
Á öðru andartaki fór Alice niður á eftir kanínunni!
La madriguera del conejo seguía recto como un túnel
Kanínuholan fór beint áfram eins og göng
Y el túnel siguió avanzando a cierta distancia
og göngin héldu áfram í nokkra vegalengd
Y entonces el camino de repente se hundió
og þá dýfði stígurinn skyndilega niður
Alicia no tuvo ni un momento para pensar en detenerse
Alice hafði ekki augnablik til að hugsa um að stoppa sig
Se encontró a sí misma cayendo y abajo y abajo
hún fann sjálfa sig detta niður og niður og niður
Parecía como si hubiera caído en un pozo muy profundo
það virtist sem hún hefði dottið niður mjög djúpan brunn
O el pozo era muy profundo, o ella caía muy lentamente
Annað hvort var brunnurinn mjög djúpur, eða hún féll mjög hægt
porque tenía tiempo de sobra para caer
því hún hafði nægan tíma til að detta
Mientras caía, podía mirar a su alrededor

Þegar hún var að detta gat hún horft í kringum sig
Primero, trató de averiguar a dónde iba
Fyrst reyndi hún að átta sig á hvert hún væri að fara
Pero el pozo estaba demasiado oscuro para ver nada
en brunnurinn var of dimmur til að sjá neitt
Luego miró a los lados del pozo
Síðan leit hún á hliðar brunnsins
Y se dio cuenta de que había armarios a su alrededor
og hún tók eftir því að skápar voru allt í kringum hana
y alrededor del pozo había estanterías de libros
og allt í kringum brunninn voru bókahillur
Aquí y allá veía mapas y cuadros colgados de perchas
hér og þar sá hún kort og myndir hengdar á pinna
Al pasar, bajó un frasco de una de las estanterías
Hún tók niður krukku úr einni hillunni þegar hún gekk framhjá
El frasco estaba etiquetado por su contenido
Krukkan var merkt fyrir innihald hennar
"MERMELADA DE NARANJAS"
"MARMELAÐI ÚR APPELSÍNUM"
Pero, para su gran decepción, el frasco de mermelada estaba vacío
en henni til mikilla vonbrigða var marmelaðikrukkan tóm
No quería dejar caer el tarro de mermelada vacío
Hún vildi ekki missa tóma marmelaðikrukkuna
y su caída fue muy lenta
og fall hennar var mjög hægt
Así que se las arregló para poner el frasco de mermelada en uno de los armarios
Svo henni tókst að setja marmelaðikrukkuna í einn skápinn
¡Abajo, abajo, abajo, ella cae!
Niður, niður, niður fellur hún!
¿Llegaría alguna vez la caída a su fin?
Myndi fallið nokkurn tíma taka enda?
No había nada más que hacer
Það var ekkert annað að gera
así que Alicia pronto empezó a hablar consigo misma

svo Alice fór fljótlega að tala við sjálfa sig

—¡Dinah me echará mucho de menos esta noche, creo!

"Dína mun sakna mín mjög í kvöld, held ég!"

Dinah era la gata de Alicia

Dína var köttur Alice

"Espero que se acuerden de su plato de leche a la hora del té"

"Ég vona að þeir muni eftir mjólkurskálinni hennar á tetímanum"

—¡Dinah, querida, desearía que estuvieras aquí abajo conmigo!

"Dinah, elskan mín, ég vildi að þú værir hérna niðri með mér!"

Alicia sintió que se estaba quedando dormida

Alice fann að hún var að blunda

Y de repente, ¡pum! ¡golpe!

og svo skyndilega, dúndrandi! dynkur!

Cayó sobre un montón de palos

niður féll hún á hrúgu af prikum

y aterrizó sobre un montón de hojas secas

og hún lenti á hrúgu af þurrum laufum

Y finalmente la larga caída por el agujero había terminado

og loks var langa fallið niður í holuna lokið

Alicia no estaba herida en lo más mínimo

Alice var ekkert særð

Y se levantó de un salto en un momento

og hún stökk upp innan augnabliks

Alzó la vista, pero todo estaba oscuro sobre su cabeza

Hún leit upp, en það var allt dimmt fyrir ofan

Frente a ella había otro largo pasillo

fyrir framan hana var annar langur gangur

y el Conejo Blanco seguía a la vista

og hvíta kanínan var enn í sjónmáli

Corría por el pasillo

hann flýtti sér niður ganginn

No había un momento que perder

Það var ekki augnablik að missa

Alicia salió corriendo como el viento

burt hljóp Alice eins og vindurinn

A la vuelta de la esquina giró el conejo
Handan við hornið sneri kanínan sér við
Llegó justo a tiempo para oír al conejo
hún var rétt í tæka tíð til að heyra í kanínunni
"Oh, mis orejas y bigotes"
""Ó, eyrun mín og hárhár"
"¡Qué tarde se está haciendo!"
"Hve seint það er að verða!"
Estaba muy cerca del conejo
Hún var skammt fyrir aftan kanínuna
Dobló otra esquina
Hún sneri sér við annað horn
pero el Conejo ya no se dejaba ver
en Kanínan var ekki lengur að sjá
Se encontró en un pasillo largo y bajo
Hún var stödd í löngum og lágum sal
La sala estaba iluminada por una hilera de lámparas de techo
salurinn var upplýstur af röð af loftlömpum
Había puertas por todo el pasillo
Það voru dyr allt í kringum salinn
pero todas las puertas estaban cerradas con llave
en allar dyr voru læstar
Caminó por un lado del pasillo
Hún gekk alla leið niður aðra hlið gangsins
Y ella había caminado todo el camino hasta el otro lado de la sala
og hún hafði gengið alla leið upp hinum megin við salinn
Había intentado todas las puertas
hún hafði reynt allar dyr
Y caminó tristemente por el centro del pasillo
og hún gekk sorgmædd niður miðjan ganginn
"¿Cómo voy a volver a salir?"
"hvernig á ég nokkurn tíma að komast út aftur?"

De repente se encontró con una mesita
Skyndilega kom hún að litlu borði
La mesa estaba hecha completamente de vidrio macizo
borðið var eingöngu úr gegnheilu gleri
No había nada sobre la mesa, excepto una pequeña llave dorada
Það var ekkert á borðinu nema pínulítill gylltur lykill
¡La llave podría pertenecer a una de las puertas!
lykillinn gæti tilheyrt einni af hurðunum!
Pero, ¡ay! Algunas de las cerraduras eran demasiado grandes para las llaves
En því miður! Sumir lásanna voru of stórir fyrir lyklana
y para las otras cerraduras la llave era demasiado pequeña
og fyrir hina lásana var lykillinn of lítill
Pero, en cualquier caso, la llave no abrió ninguna de las puertas
en lykillinn opnaði allavega engar dyr
Pero, ¿qué iba a hacer ella?
En hvað átti hún að gera?
Volvió a atravesar el pasillo
Hún gekk aftur í gegnum salinn
Y esta vez se fijó en una cortina baja
og í þetta sinn tók hún eftir lágu fortjaldi

Detrás de la cortina había una puertecita
Á bak við fortjaldið var lítil hurð
La puerta tenía unos quince centímetros de alto
hurðin var um fimmtán tommur á hæð
Probó la pequeña llave dorada en la cerradura
Hún prófaði litla gulllykilinn í lásnum
Y para su gran deleite, ¡la llave encajó en la cerradura!
og henni til mikillar gleði passaði lykillinn í lásinn!
Alicia abrió la puerta
Alice opnaði dyrnar
Y encontró que la puerta daba a un pequeño pasillo
og hún sá að dyrnar leiddu inn á lítinn gang
El corredor no era mucho más grande que una madriguera de ratas
gangurinn var ekki mikið stærri en rottuhola
Se arrodilló y miró a lo largo del pasillo
Hún kraup og leit eftir ganginum
Y ella vio el jardín más hermoso que jamás hayas visto
og hún sá fallegasta garð sem þú hefur nokkru sinni séð
¡Cómo anhelaba salir de ese oscuro salón
hve hún þráði að komast út úr þessum dimma sal
cómo quería vagar entre esas flores brillantes
hvernig hún vildi ráfa um þessi björtu blóm
¡Qué genial se veían esas fuentes
Hversu flott hressandi þessir gosbrunnar litu út
Pero ni siquiera podía meter la cabeza por la puerta
en hún gat ekki einu sinni komið höfðinu í gegnum dyrnar
-¡Oh! -exclamó Alicia con tristeza-
"Ó," sagði Alice sorgmædd
"¡Cómo desearía poder plegarme como un telescopio!"
"hvað ég vildi að ég gæti brotið saman eins og sjónauki!"
"Creo que podría plegarme como un telescopio"
"Ég held að ég gæti brotið saman eins og sjónauki"
"Si supiera cómo empezar"
"ef ég bara vissi hvernig ég ætti að byrja"
Alicia volvió a la mesa
Alice fór aftur að borðinu

Existía la posibilidad de encontrar otra llave
það var möguleiki á að finna annan lykil
O podría haber un libro de reglas
eða það gæti verið reglubók
El libro podría decirle cómo plegarse como un telescopio
bókin gæti sagt henni hvernig hún ætti að brjóta saman eins
og sjónauka
Esta vez encontró una botellita
Í þetta sinn fann hún litla flösku
—Esta botella no estaba aquí antes —dijo Alicia—
"Þessi flaska var svo sannarlega ekki hér áður," sagði Alice
**y atada alrededor del cuello de la botella había una etiqueta
de papel**
og bundinn um hálsinn á flöskunni var pappírsmiði
La etiqueta estaba bellamente impresa en letras grandes
miðinn var fallega prentaður með stórum stöfum
"BÉBEME"
"DREKKTU MIG"
—No, miraré primero —dijo ella—
"Nei, ég skal líta fyrst," sagði hún
"Veré si la botella está marcada como venenosa o no"
"Ég skal sjá hvort flaskan er merkt sem eitruð eða ekki,"
porque nunca olvidó la lección sobre el veneno
vegna þess að hún gleymdi aldrei lexíunni um eitur
**"Si una botella está etiquetada como venenosa, es probable
que no esté de acuerdo contigo"**
"Ef flaska er merkt eitruð hlýtur hún að vera ósammála þér"
Sin embargo, esta botella no estaba marcada como venenosa
Hins vegar var þessi flaska ekki merkt sem eitruð
así que Alicia se aventuró a probar el contenido de la botella
svo Alice vogaði sér að smakka innihald flöskunnar
Encontró el líquido bastante de su agrado
Henni fannst vökvinn alveg við sitt hæfi
La bebida tenía una especie de sabor mezclado
drykkurinn hafði eins konar blandað bragð
tarta de cerezas, natillas y piña
kirsuberjaterta, vanillukrem og ananas

Pavo asado, caramelo y tostadas con mantequilla caliente
steikt kalkún, karamellu og ristað brauð með heitu smjöri
Y pronto acabó la botella
og hún kláraði fljótlega flöskuna
-¡Qué sensación tan curiosa! -exclamó Alicia-
"Þvílík forvitnileg tilfinning!" sagði Alice
"¡Me estoy pliegando como un telescopio!"
"Ég leggst saman eins og sjónauki!"
¡Y se estaba pliegando como un telescopio!
Og hún lagðist saman eins og sjónauki!
Ahora solo medía diez pulgadas de alto
Hún var nú aðeins tíu tommur á hæð
y su rostro se iluminó con sus pensamientos
og andlit hennar ljómaði við hugsanir hennar
Ahora ella tenía el tamaño adecuado para la pequeña puerta
nú var hún í réttri stærð fyrir litlu hurðina
Ahora podía entrar en ese hermoso jardín
nú gat hún farið inn í þennan yndislega garð
Pronto dejó de hacerse más pequeña
fljótlega hætti hún að minnka
Decidió ir al jardín de inmediato
Hún ákvað að fara strax út í garðinn
pero, ¡ay de la pobre Alicia!
en því miður fyrir aumingja Alice!
Llegó a la puerta
Hún kom til dyra
Pero había olvidado la pequeña llave de oro
en hún hafði gleymt litla gulllyklinum
Volvió a la mesa en busca de la llave
Hún fór aftur að borðinu til að ná í lykilinn
Pero se dio cuenta de que no podía llegar lo suficientemente alto
en hún komst að því að hún gat ekki náð nógu hátt
Podía ver la llave claramente a través del cristal
hún sá lykilinn alveg greinilega í gegnum glerið
Trató de trepar por las patas de la mesa
Hún reyndi að klifra upp fæturna á borðinu

Pero el cristal era demasiado resbaladizo
en glerið var allt of sleipult
Con el tiempo se cansó de intentarlo
Að lokum þreyttist hún á því að reyna
Y la pobre niña se sentó y lloró
og aumingja litla stúlkan settist niður og grét
Alicia se habló a sí misma con bastante brusquedad
Alice talaði frekar skarpt við sjálfa sig
"¡Vamos, no sirve de nada llorar así!"
"Komdu, það þýðir ekkert að gráta svona!"
"¡Te aconsejo que te detengas ahora mismo!"
"Ég ráðlegg þér að hætta strax!"
En general, se daba muy buenos consejos
Hún gaf sjálfri sér yfirleitt mjög góð ráð
aunque muy rara vez seguía sus propios consejos
þó hún hafi mjög sjaldan farið að eigin ráðum
Y a veces era demasiado dura consigo misma
og hún var stundum of hörð við sjálfa sig
y sus palabras hicieron que se le llenaran los ojos de lágrimas
og orð hennar vöktu tár í augu hennar
Pronto sus ojos se posaron en una cajita de cristal
Brátt féll augu hennar á lítinn glerkassa
La cajita de cristal estaba debajo de la mesa
Litli glerkassinn lá undir borðinu
En la caja de cristal había un pastel muy pequeño
Í glerkassanum var mjög lítil kaka
En el pastel, algunas palabras estaban bellamente escritas
Á kökuna voru nokkur orð fallega skrifuð
Las palabras habían sido marcadas con grosellas
Orðin höfðu verið merkt með rifsberjum
"CÓMEME"
"BORÐAÐU MIG"
—Bueno, me comeré el pastel —dijo Alicia—
"Jæja, ég skal borða kökuna," sagði Alice
"y si el pastel me hace crecer, puedo llegar a la llave"
"og ef kakan fær mig til að stækka, get ég náð lyklinum"

"y si el pastel me hace más pequeño, puedo arrastrarme por debajo de la puerta"
"og ef kakan lætur mig minnka, get ég læðst undir hurðina"
"así que de cualquier manera me meteré en el jardín"
"svo hvort heldur sem er, þá kem ég inn í garðinn"
"¡Y no me importa cuál de los dos suceda!"
"og mér er alveg sama hvor af þessu tvennu gerist!"
Se comió un pedacito del pastel
Hún borðaði smá af kökunni
Y se habló a sí misma con ansiedad:
og hún talaði áhyggjufull við sjálfa sig:
—¿De qué manera? ¿Hacia dónde?
"Hvaða leið? Hvaða leið?"
Y se llevó la mano a la cabeza
og hún hélt hendinni á höfði sér
Quería sentir de qué manera estaba creciendo
hún vildi finna hvernig hún væri að vaxa
Se sorprendió bastante al descubrir lo que había sucedido
hún var mjög hissa að komast að því hvað hafði gerst
¡Había permanecido del mismo tamaño!
hún hafði haldist jafnstór!
Así que esta vez redobló sus esfuerzos
Svo í þetta skiptið tvöfaldaði hún viðleitni sína
Y pronto terminó todo el pastel
og fljótlega kláraði hún alla kökuna

El charco de lágrimas
Tárapollurinn

-¡Esto se está poniendo cada vez más interesante! -exclamó
Alicia-

"Þetta verður sífellt áhugaverðara!" hrópaði Alice

Se puede ver que estaba muy sorprendida

Þú sérð að hún var mjög hissa

**"¡Me estoy abriendo como el telescopio más grande que
jamás haya existido!"**

"Ég er að opna eins og stærsti sjónauki sem til er!"

—¡Adiós, pies! ¡Oh, mis pobres piecitos!

"Bless, fætur! Ó, aumingja litlu fæturnir mínir"

**"Me pregunto quién se pondrá sus zapatos por ustedes
ahora, queridos".**

"Ætli hver fari í skóna fyrir ykkur núna, elskurnar?"

—¿Y me pregunto quién se pondrá las medias?

"og ég velti því fyrir mér, hver ætlar að fara í sokkana þína?"

"Estaré demasiado lejos"

"Ég verð miklu of langt í burtu"

"No podré preocuparme más por ti"

"Ég mun ekki geta haft áhyggjur af þér lengur"

Justo en ese momento su cabeza golpeó contra algo

Einmitt á þessu augnabliki rakst höfuð hennar á eitthvað

Había llegado al techo de la sala

hún var komin upp á þak salarins

De hecho, ahora medía más de dos metros de altura

reyndar var hún nú meira en tveggja metra á hæð

Y al instante tomó la pequeña llave de oro

og hún tók þegar í stað upp litla gulllykilinn

Y se apresuró a llegar a la puerta del jardín

og hún flýtti sér að garðdyrunum

¡Pobre Alicia! No había mucho que pudiera hacer

Aumingja Alice! Það var ekki mikið sem hún gat gert

Se acostó de lado

Hún lagðist á aðra hliðina

Y miró al jardín con un ojo

og hún horfði út í garðinn með öðru auganu

Pero salir adelante era más desesperado que nunca
en að komast í gegnum það var vonlausara en nokkru sinni
fyrr
Se sentó y comenzó a llorar de nuevo
Hún settist niður og byrjaði að gráta aftur
Siguió derramando galones de lágrimas
Hún hélt áfram að fella lítra af tárum
Pronto había un gran estanque a su alrededor
Fljótlega var stór laug allt í kringum hana
Y el agua llegaba hasta la mitad del pasillo
og vatnið náði hálfa leið niður ganginn
Al cabo de un rato, oyó un pequeño golpeteo de pies
Eftir smá stund heyrði hún smá fótaklapp
Oyó los pasos que venían de lejos
hún heyrði fæturna koma úr fjarlægð
Y se secó los ojos apresuradamente para ver lo que venía
og hún þurrkaði augun í flýti til að sjá hvað væri í boði
Era el Conejo Blanco que regresaba
Það var hvíta kanínan sem sneri aftur
Iba espléndidamente vestido
hann var prýðilega klæddur
Tenía un par de guantes blancos en una mano
Hann var með hvíta hanska í annarri hendi
y tenía un gran abanico de plumas en la otra mano
og hann var með stóra fjaðraviftu í hinni hendinni
Llegó trotando a toda prisa
Hann kom brokkandi í miklum flýti
y murmuró para sí: "¡Oh! ¡La duquesa, la duquesa!
og hann muldraði við sjálfan sig: "Ó! hertogaynjan,
hertogaynjan!"
—¡Oh! ¡No será salvaje si la he hecho esperar!
"Ó! verður hún ekki villimannleg ef ég hef látið hana bíða!"

Cuando el Conejo se acercó a ella, Alicia habló
Þegar kanínan nálgaðist hana talaði Alice
Pero ella hablaba en voz baja y tímida
en hún talaði lágri og huglítilli röddu
"Señor, por favor, deje de hacer lo que está haciendo por un momento"
"Herra, vinsamlegast hættu því sem þú ert að gera í eitt augnablik"
El Conejo se sobresaltó violentamente
Kanínunni brá harkalega
Dejó caer los guantes blancos y el abanico de plumas
Hann sleppti hvítu hönskunum og fjaðraviftunni
Y se escabulló en la oscuridad lo más rápido que pudo
og hann flýtti sér út í myrkrið eins hratt og hann gat
Alicia recogió el abanico de plumas y los guantes
Alice tók upp fjaðraviftuna og hanskana
Y no paraba de abanicarse mientras seguía hablando
og hún hélt áfram að vifta sér á meðan hún hélt áfram að tala
"¡Querido, querido! ¡Qué extraño es todo hoy!"
"Elskan, elskan! Hve undarlegt allt er í dag!"

"Ayer las cosas siguieron como siempre"
"Í gær gengu hlutirnir alveg eins og venjulega"
—¿Era yo el mismo cuando me levanté esta mañana?
"Var ég samur þegar ég fór á fætur í morgun?"
"Pero si no soy el mismo, hay otra cuestión"
"En ef ég er ekki samur, þá er önnur spurning"
"¿Quién demonios soy yo?"
"Hver í ósköpunum er ég?"
"¡Ah, ese es el gran rompecabezas!"
"Ah, það er stóra púsluspilið!"
Al decir esto, se miró las manos
Á meðan hún sagði þetta leit hún niður á hendurnar
Llevaba uno de los Conejos, gusanos blancos
Hún var með litla hvíta hanska kanínunnar
No se había dado cuenta de que se había puesto el guante mientras hablaba
Hún hafði ekki tekið eftir því að hún setti á sig hanskann á meðan hún talaði
"¿Cómo pude haber hecho eso?", pensó
"Hvernig get ég gert það?" hugsaði hún
"Debo estar haciéndome pequeño otra vez"
"Ég hlýt að vera að verða lítill aftur"
Se levantó y se acercó a la mesa para medir su altura
Hún stóð upp og fór að borðinu til að mæla hæð sína
Descubrió que ahora medía aproximadamente medio metro de altura
hún komst að því að hún var nú um hálfur metri á hæð
Y ella seguía encogiéndose rápidamente
og hún skreppti enn hratt saman
Pronto descubrió cuál era la causa del encogimiento
Hún komst fljótlega að því hver orsök minnkunarinnar var
¡El abanico de plumas la estaba haciendo más pequeña de nuevo!
fjaðraviftan var að gera hana minni aftur!
Y dejó caer el abanico de plumas apresuradamente
og hún sleppti fjaðraviftunni í flýti
Dejó caer el abanico de plumas justo a tiempo para salvarse

Hún missti fjaðraviftuna rétt í tæka tíð til að bjarga sér
**Si se hubiera abanicado por más tiempo, se habría encogido
por completo**
ef hún hefði viftað sjálfri sér lengur hefði hún alveg skreppið í
burtu
-¡Ha sido una fuga por los pelos! -dijo Alicia-
"Þetta var naumur undankomuleið!" sagði Alice
Y se asustó mucho ante el cambio repentino
og hún varð töluvert hrædd við skyndilega breytinguna
**pero estaba muy contenta de encontrarse todavía en
existencia**
en hún var mjög fegin að finna sjálfa sig enn til
—¡Y ahora, al jardín!
"Og nú í garðinn!"
Y corrió a toda prisa hacia la puertecita
Og hún hljóp af fullum krafti aftur að litlu dyrunum
Pero, ¡ay! La puertecita se cerró de nuevo
En því miður! litlu hurðinni var lokað aftur
**Y la pequeña llave de oro volvía a estar sobre la mesa de
cristal**
og litli gulllykillinn lá aftur á glerborðinu
"Las cosas están peor que nunca", pensó el pobre niño
"Ástandið er verra en nokkru sinni fyrr," hugsaði aumingja
barnið
"Nunca antes había sido tan pequeño como esto, ¡nunca!"
"Ég hef aldrei verið svona lítil áður, aldrei!"
Al decir estas palabras, su pie resbaló
Þegar hún sagði þessi orð rann fótur hennar
¡Y en otro momento hubo un gran chapoteo!
og á öðru andartaki var mikið skvett!
Estaba sumergida en agua salada hasta la barbilla
hún var upp að höku í saltvatni
**Su primera idea fue que de alguna manera había caído al
mar**
Fyrsta hugmynd hennar var að hún hefði einhvern veginn
dottið í sjóinn
Sin embargo, pronto se dio cuenta de en qué estaba metida

Hún áttaði sig þó fljótt á því í hverju hún var
Estaba en un charco de lágrimas
hún var í tárapolli
las lágrimas que había llorado cuando tenía dos metros de altura
tárin sem hún hafði grátið þegar hún var tveggja metra á hæð

Justo en ese momento escuchó algo
Einmitt þá heyrði hún eitthvað
Algo chapoteaba en la piscina
eitthvað skvettist um í lauginni
El chapoteo venía de un poco más lejos
skvettan kom skammt frá
Y se acercó nadando para ver qué era el chapoteo
og hún synti nær til að sjá hvað skvettan væri
Pronto vio que era solo un ratoncito
Hún sá brátt að þetta var bara lítil mús
El ratoncito también se había metido en el agua
Litla músin hafði líka smeygt sér út í vatnið
Alicia pensó para sí misma sobre la situación
Alice hugsaði með sér um stöðuna

—¿Serviría de algo hablar con este ratón?

"Væri eitthvað gagn að tala við þessa mús?"

"Aquí todo está tan al revés"

"Allt er svo á hvolfi hérna"

"Creo que es muy probable que este ratón pueda hablar"

"Ég myndi telja mjög líklegt að þessi mús geti talað"

"En cualquier caso, no hay nada de malo en intentarlo"

"Allavega, það er enginn skaði að reyna"

Así que empezó a tratar de hablar con el ratón

Svo hún fór að reyna að tala við músina

"Oh Ratón, ¿conoces la forma de salir de esta piscina?"

"Ó mús, veistu leiðina upp úr þessari laug?"

—¡Estoy muy cansado de nadar por aquí, oh ratón!

"Ég er mjög þreytt á að synda hérna, ó mús!"

El ratón la miró con curiosidad

Músin horfði frekar forvitin á hana

El ratón parecía guiñar un ojo con uno de sus ojitos

músin virtist blikka með einu af litlu augunum

Pero el ratoncito no dijo nada

en litla músin sagði ekkert

"A lo mejor el ratón no entiende inglés", pensó Alicia

"Kannski skilur músin ekki ensku," hugsaði Alice

"Me atrevo a decir que es un ratón francés"

"Ég þori að fullyrða að þetta sé frönsk mús"

"tal vez este ratón vino con Guillermo el Conquistador"

"kannski kom þessi mús með Vilhjálmi sigurvegara"

Así que empezó de nuevo, en francés

Svo byrjaði hún aftur, á frönsku

"¿Dónde está mi gato?", preguntó en francés

"Hvar er kötturinn minn?" spurði hún á frönsku

era la primera frase de su libro de clases de francés

það var fyrsta setningin í frönskukennslubókinni hennar

El Ratón dio un súbito salto fuera del agua

Músin stökk skyndilega upp úr vatninu

y el ratón pareció temblar de miedo

og músin virtist titra um allt af hræðslu

-¡Oh, le ruego que me perdone! -exclamó Alicia

apresuradamente-

"Ó, ég bið þig fyrirgefningar!" hrópaði Alice í flýti

Temía haber herido los sentimientos del pobre animal

hún var hrædd um að hún hefði sært tilfinningar aumingja
dýrsins

"Olvidé que no te gustaban los gatos"

"Ég gleymdi alveg að þér líkaði ekki við ketti"

**—¡No me gustan los gatos! —exclamó el ratón con voz
estridente y apasionada—**

"Mér líkar ekki við ketti!" hrópaði músin með nístandi og
ástríðufullri röddu

—¿Te gustaría tener gatos, si fueras yo?

"Viltu ketti, ef þú værir ég?"

Alicia consoló al ratón en un tono tranquilizador

Alice huggaði músina í róandi tón

**"Bueno, tal vez a mí tampoco me gustarían los gatos si fuera
tú"**

"Jæja, kannski myndi ég ekki vilja ketti ef ég væri þú heldur"

"Por favor, no te enfades por la mención de los gatos"

"Vinsamlegast ekki vera reiður yfir því að minnst sé á ketti"

**"Y, sin embargo, desearía poder mostrarte a nuestra gata
Dinah"**

"Og samt vildi ég að ég gæti sýnt þér köttinn okkar Dinu"

"Si la conocieras, creo que te encapricharías de los gatos"

"ef þú hittir hana held ég að þú myndir elska ketti"

"Si tan solo pudieras verla"

"Ef þú gætir bara séð hana"

"Es una cosa tan querida y tranquila"

"Hún er svo elskuleg, hljóðlát fyrirbæri"

El ratón temblaba por todas partes

Músin skalf út um allt

**Alicia estaba segura de que el ratón debía de estar realmente
ofendido**

Alice var viss um að músin hlyti að vera virkilega móðguð

"No hablaremos más de ella, si prefieres no hacerlo"

"Við tölum ekki um hana lengur, ef þú vilt það ekki"

-¡Nosotros, en efecto! -exclamó el Ratón-

"Já, svo sannarlega!" hrópaði músin
El ratón temblaba hasta la punta de la cola
Músin skalf niður að halaendanum
—¡Como si fuera a hablar de un tema así!
"Eins og ég myndi tala um slíkt efni!"
"Nuestra familia siempre odió a los gatos"
"Fjölskyldan okkar hataði alltaf ketti"
"Gatos; ¡Cosas desagradables, bajas, vulgares!"
"kettir; viðbjóðslegir, lágir, dónalegir hlutir!"
"¡No dejes que vuelva a escuchar el nombre!"
"Ekki láta mig heyra nafnið aftur!"
-¡No volveré a hablar de los gatos! -dijo Alicia-
"Ég ætla ekki að minnast á ketti aftur!" sagði Alice
Tenía mucha prisa por cambiar de tema
hún var mjög að flýta sér að skipta um umræðuefni
"¿Eres tú... ¿Te gustan los perros?
"Ertu... Ertu hrifinn af hundum?"
"Hay un perrito tan simpático cerca de nuestra casa"
"Það er svo fallegur lítill hundur nálægt húsinu okkar,"
—¡Me gustaría enseñarte el perrito!
"Mig langar að sýna þér litla hundinn!"
"Este perrito mata a todas las ratas y...
"Þessi litli hundur drepur allar rotturnar og...
-¡Oh, querida! -exclamó Alicia en tono triste-
"Ó, elskan!" hrópaði Alice sorgmædd
"¡Me temo que te he ofendido de nuevo!"
"Ég er hræddur um að ég hafi móðgað þig aftur!"
El ratón se alejaba nadando de ella tan rápido como podía
Músin synti frá henni eins hratt og hún gat farið
y el ratón hizo un gran alboroto en la piscina
og músin gerði mikið uppnám í lauginni
Así que llamó suavemente al ratón
Svo kallaði hún lágt á eftir músinni
"¡Mi querido ratón, por favor vuelve!"
"Elsku músin mín, komdu aftur!"
"Y no hablaremos de gatos"
"Og við munum ekki tala um ketti"

"Y tampoco tenemos que hablar de perros"
"Og við þurfum ekki að tala um hunda heldur"
Cuando el ratón escuchó esto, se dio la vuelta
Þegar músin heyrði þetta sneri hún sér við
Y el ratoncito nadó lentamente de regreso a ella
og litla músin synti hægt aftur til hennar
La cara del ratón estaba bastante pálida
andlit músarinnar var alveg fölt
Y el ratón habló, en voz baja y temblorosa
og músin talaði lágri, skjálfandi röddu
"Vamos a la orilla"
"Förum í fjöruna"
"y luego te contaré mi historia"
"og þá skal ég segja þér sögu mína"
"y entenderás por qué odio a los gatos y a los perros"
"og þú munt skilja af hverju ég hata ketti og hunda"
Ya era hora de partir
Það var kominn tími til að fara
porque la piscina se estaba llenando bastante
vegna þess að sundlaugin var að verða ansi troðfull
Otros pájaros y animales habían caído en el estanque
aðrir fuglar og dýr höfðu fallið í laugina
había un pato y un dodo
það voru önd og dódó
y había un pájaro lori y un aguilucho
og þar var Lory fugl og Eaglet
Y había varias otras criaturas de aspecto interesante
og það voru nokkrar aðrar áhugaverðar verur
Alicia abrió el camino para salir de la piscina
Alice leiddi leiðina út laugina
Y todo el grupo de animales nadó hasta la orilla
og allur flokkur dýra synti til strandar

<h3 style="text-align:center">Una carrera de caucus y una larga cola</h3>

Kapphlaup og langur hali

De hecho, eran un grupo de animales de aspecto gracioso

Þetta var svo sannarlega fyndinn hópur af dýrum

Y todos se reunieron a la orilla del agua

Og þeir söfnuðust allir saman á vatnsbakkanum

Todos los pájaros tenían las plumas desaliñadas

fuglarnir voru allir með dregnar fjaðrir

y los animales peludos estaban empapados

og loðnu dýrin voru gegnblaut í gegn

y todos estaban empapados, molestos e incómodos

og allir voru rennandi blautir, pirraðir og óþægilegir

Había una pregunta que había que responder primero

Það var ein spurning sem þurfti að svara fyrst

¿Cuál es la mejor manera de que todos se sequen?

Hver er besta leiðin fyrir alla til að verða þurr?

Tuvieron una consulta sobre este asunto

Þeir höfðu samráð um þetta mál

Pronto todos se sintieron en términos familiares

Brátt voru þeir allir kunnugir

Era como si los conociera de toda la vida
það var eins og hún hefði þekkt þá alla ævi
El ratón parecía ser una persona de cierta autoridad
Músin virtist vera manneskja með nokkurt vald
"¡Siéntense todos y escúchenme!
"Sestu niður, öll saman, og hlustið á mig!
"¡Pronto los volveré a secar!"
"Ég skal bráðum þurrka ykkur öll aftur!"
Se sentaron todos a la vez, en un gran círculo
Þeir settust allir niður í senn, í stórum hring
y el ratoncito se sentó en el medio
og litla músin sat í miðjunni
—¡Ejem! —dijo el ratón con aire importante—
"Ahem!" sagði músin með þungum svip
"¿Están todos listos?"
"Eruð þið öll tilbúin?"
"Esto es lo más seco que conozco"
"Þetta er það þurrasta sem ég veit"
—¡Silencio por todas partes, por favor!
"Þögn allt í kring, ef þú vilt!"
"Guillermo el Conquistador fue favorecido por el Papa"
"Vilhjálmur sigurvegari naut hylli páfa"
"pero pronto fue sometido por los ingleses"
"en hann var brátt undirgefinn af Englendingum"
"Últimamente querían líderes"
"Þeir vildu leiðtoga upp á síðkastið"
"Y se habían acostumbrado al poder y a la conquista"
"og þeir höfðu verið vanir völdum og landvinningum"
"Edwin y Morcar, los condes de Mercia y Northumbria"
"Edwin og Morcar, jarlarnir af Mercia og Northumbria"
—¡Uf! —exclamó el pájaro lori con un escalofrío—
"Úff!" sagði lorifuglinn og hrollaði
"e incluso Stigand, el patriota arzobispo de Canterbury"
"og jafnvel Stigand, þjóðrækinn erkibiskup af Kantaraborg"
"A él también le pareció aconsejable"
"Honum fannst það líka ráðlegt"
-¿Qué le pareció aconsejable? -dijo el pato-

"Hvað var ráðlegt fyrir hann?" sagði öndin
—Le pareció aconsejable —replicó el ratón con cierto enfado—
"Honum fannst það ráðlegt," svaraði músin heldur þvert
Pero el pato no estaba satisfecho
en öndin var ekki sátt
"Por supuesto, ya sabes lo que significa"
"Auðvitað veistu hvað "það" þýðir"
—Sé lo que es cuando encuentro una cosa —dijo el pato—
"Ég veit hvað það er, þegar ég finn eitthvað," sagði öndin
"Generalmente es una rana o un gusano"
"Þetta er yfirleitt froskur eða ormur"
"La pregunta es, ¿qué encontró el arzobispo?"
"Spurningin er, hvað fann erkibiskupinn?"
El ratón no se dio cuenta de esta pregunta
Músin tók ekki eftir þessari spurningu
En cambio, el ratón continuó apresuradamente con el discurso
Þess í stað hélt músin áfram með ræðuna í flýti
"le pareció aconsejable ir con Edgar Atheling"
"honum fannst ráðlegt að fara með Edgar Atheling"
"para encontrarme con Guillermo y ofrecerle la corona"
"að hitta Vilhjálm og bjóða honum krúnuna"
el ratón continuó, volviéndose hacia Alicia mientras hablaba
músin hélt áfram og sneri sér að Alice um leið og hún talaði
—¿Cómo te va ahora, querida?
"Hvernig hefurðu það núna, elskan mín?"
—Tan mojado como siempre —dijo Alicia en tono melancólico—
"Eins blaut og alltaf," sagði Alice í dapurlegum tón
"Esta historia no parece que me seque en absoluto"
"Þessi saga virðist alls ekki þurrka mig"
—En ese caso —dijo solemnemente el dodo, poniéndose en pie—
"Ef svo er," sagði dódóinn hátíðlega og reis á fætur
"Voto que se levante la sesión"
"Ég greiði atkvæði með því að fundinum verði frestað"

"y propongo la adopción inmediata de remedios más enérgicos"
"og ég legg til að tafarlaust verði tekin upp orkumeiri úrræði"
—¡Di palabras de verdad! —dijo el aguilucho—
"Tala sönn orð!" sagði örninn
"No conozco el significado de la mitad de esas palabras largas"
"Ég veit ekki hvað helmingurinn af þessum löngu orðum þýðir"
—¡Y, lo que es más, tampoco creo que tú lo sepas!
"og það sem meira er, ég trúi ekki að þú vitir það heldur!"
—Lo que iba a decir —dijo el dodo en tono ofendido—
"Það sem ég ætlaði að segja," sagði dódóinn móðgaður
"Lo mejor para deshacernos sería una contienda electoral"
"Það besta til að koma okkur þurrum væri caucus-kapphlaup"
—¿Qué es una contienda electoral? —preguntó Alicia
"Hvað er caucus-kynþáttur?" sagði Alice

—Bueno —dijo el dodo—, la mejor manera de explicarlo es hacerlo.

"Jæja," sagði dódóinn, "besta leiðin til að útskýra það er að gera það"

"Primero el dodo trazó un hipódromo"

"Fyrst markaði dódóinn kappreiðabraut"

"La pista estaba en una especie de círculo"

"Lagið var í eins konar hring"

"Y luego todo el grupo se colocó a lo largo del recorrido"

"og svo var öllum flokknum komið fyrir meðfram brautinni"

No hubo "¡Uno, dos, tres y fuera!"

Það var ekkert "Einn, tveir, þrír og burt!"

pero empezaron a correr cuando quisieron

en þeir byrjuðu að hlaupa þegar þeir vildu

Y también terminaban cuando querían

og þeir kláruðu líka þegar þeir vildu

Así que no era fácil saber cuándo había terminado la carrera

Það var því ekki auðvelt að vita hvenær keppninni væri lokið

Después de media hora más o menos de correr, todos estaban bastante secos

eftir hálftíma eða svo hlaup voru þeir allir frekar þurrir

el dodo gritó de repente: "¡La carrera ha terminado!"

kallaði dódóinn skyndilega: "Kapphlaupinu er lokið!"

Y todos se agolparon alrededor del dodo

og þeir þyrptust allir í kringum dódóinn

Todos los animales jadeaban y resoplaban

öll dýrin másuðu og blésu

y todos querían saber: "¿Pero quién ha ganado?"

og þeir vildu allir vita: "En hver hefur unnið?"

El dodo no pudo responder de inmediato a esta pregunta

Þessari spurningu gat dódóinn ekki svaraði strax

Primero tuvo que pensar mucho

fyrst þurfti hann að hugsa mikið

Después de pensarlo mucho, el Dodo finalmente habló

Eftir mikla umhugsun tók dódóinn loksins til máls

"Todos han ganado y todos deben tener premios"

"Allir hafa unnið og allir verða að hafa verðlaun"

"¿Pero quién va a dar los premios?", preguntó un coro de voces

"En hver á að veita verðlaunin?" spurði kór radda

—Bueno, ella, por supuesto —dijo el dodo—

"Jæja, hún auðvitað," sagði dódóinn

y el dodo señaló con un dedo a Alicia

og dódóinn benti með einum fingri á Alice

y todo el grupo de animales se agolpó a su alrededor

og allur flokkurinn af dýrum þyrptist í kringum hana

gritaron, de manera confusa: "¡Premios! ¡Premios!"

þeir hrópuðu ráðvilltir: "Verðlaun! Verðlaun!"

Alicia no tenía ni idea de qué hacer

Alice hafði ekki hugmynd um hvað hún ætti að gera

Desesperada, se metió la mano en el bolsillo

Í örvæntingu stakk hún hendinni í vasann

Y sacó una caja de dulces

og hún dró upp sælgætiskassa

Por suerte, el agua salada no había entrado en la caja

Til allrar hamingju var saltvatnið ekki komið í kassann

Y repartió los dulces como premios

og hún rétti sælgætið í verðlaun

Había exactamente una pieza para todos

Það var nákvæmlega eitt stykki fyrir alla

Lo siguiente que tenían que hacer era comer los dulces

Það næsta sem þeir þurftu að gera var að borða sælgætið

Esto causó algo de ruido y confusión

Þetta olli nokkrum hávaða og ruglingi

Los grandes pájaros se quejaban de que no podían saborear sus dulces

Stóru fuglarnir kvörtuðu yfir því að þeir gætu ekki smakkað sætindin þeirra

Los pequeños se ahogaron y hubo que darles palmaditas en la espalda

þeir litlu kafnuðu og þurfti að klappa þeim á bakið

Sin embargo, al fin se acabó

En það var loksins búið

y se sentaron de nuevo en un anillo

Og þeir settust aftur í hring
Y le rogaron al ratón que les dijera algo más
og þeir báðu músina að segja þeim eitthvað meira
—Prometiste contarme tu historia, ¿sabes? —dijo Alicia—
"Þú lofaðir að segja mér sögu þína, þú veist," sagði Alice
E hizo otro pequeño comentario sobre los gatos en un susurro
og hún sagði aðra litla athugasemd um ketti í hvísli
No quería volver a ofender al ratón
Hún vildi ekki móðga músina aftur
el ratoncito se volvió hacia Alicia y suspiró
litla músin sneri sér að Alice og andvarpaði
—¡La mía es una larga y triste historia!
"Mín er löng og sorgleg saga!"
—Es una cola larga, sin duda —dijo Alicia—
"Þetta er vissulega langur hali," sagði Alice
Y miró con asombro la cola del ratón
og hún leit undrandi niður á skottið á músinni
—¿Pero por qué le llamas cola triste?
"En af hverju kallarðu það sorglegan hala?"
Y ella seguía desconcertada al respecto mientras el ratón hablaba
Og hún hélt áfram að velta því fyrir sér meðan músin talaði
de modo que su idea del cuento era más o menos así
þannig að hugmynd hennar um söguna var eitthvað á þessa leið

"Fury said to
a mouse, That
he met in the
house, 'Let
us both go
to law; *I*
will prosecute
you.—
Come, I'll
take no denial:
We must have
the trial;
For really
this morning
I've
nothing
to do.'
Said the
mouse to
the cur,
'Such a
trial, dear
sir, With
no jury
or judge,
would
be wasting
our
breath.'
'I'll be
judge,
I'll be
jury,'
said
cunning
old
Fury;
'I'll
try
the
whole
cause,
and
condemn
you to
death.'"

Furia le dijo a un ratón: "Que se encontró en la casa"

Reiði sagði við mús: "Hann hittist í húsinu"

Vayamos los dos a la ley: yo te procesaré

Við skulum báðir fara til laga: Ég mun sækja þig til saka

Vamos, no aceptaré ninguna negación: debemos tener el juicio

Komdu, ég skal ekki neita: Við verðum að hafa réttarhöldin

Porque realmente esta mañana no tengo nada que hacer

Í raun og veru í morgun hef ég ekkert að gera

Dijo el ratón al cur;

Sagði músin við bölvunina;

Un juicio así, querido señor, sin jurado ni juez, sería una pérdida de aliento
Slík réttarhöld, kæri herra, án kviðdóms eða dómara, væru að sóa andanum
—Seré juez, seré jurado —dijo el astuto viejo Fury—
"Ég verð dómari, ég verð kviðdómur," sagði hinn lævísi gamli Fury
Juzgaré toda la causa y te condenaré a muerte
Ég skal reyna allan málstaðinn og dæma þig til dauða
el ratón le habló severamente a Alicia
músin talaði alvarlega við Alice
"¡No estás prestando atención!"
"Þú ert ekki að fylgjast með!"
—¿En qué estás pensando?
"Hvað ertu að hugsa um?"
—Le ruego que me perdone —dijo Alicia muy humildemente—
"Ég bið þig fyrirgefningar," sagði Alice mjög auðmjúk
– ¿Habías llegado a la quinta curva, creo?
"Þú varst kominn í fimmtu beygjuna, held ég?"
"¡Me insultas diciendo tales tonterías!"
"Þú móðgar mig með því að tala svona vitleysu!"
Y el ratón se levantó y se alejó
Og músin stóð upp og gekk í burtu
Alicia llamó al ratoncito
Alice kallaði á eftir litlu músinni
"¡Por favor, regresa y termina tu historia!"
"Vinsamlegast komdu aftur og kláraðu söguna þína!"
Y todos los demás se unieron a coro
Og hinir tóku allir þátt í kór
"¡Sí, por favor, termine su historia!"
"Já, vinsamlegast kláraðu söguna þína!"
Pero el ratón se limitó a negar con la cabeza con impaciencia
En músin hristi bara höfuðið óþolinmóð
Y el ratoncito caminó un poco más rápido
og litla músin gekk aðeins hraðar
—¡Ojalá tuviera aquí a Dinah, nuestra gata! —dijo Alicia—

"Ég vildi að ég hefði Dinah, köttinn okkar, hérna!" sagði Alice

Esto causó una notable sensación entre el grupo

Þetta olli ótrúlegri tilfinningu meðal flokksins

Algunos de los pájaros se apresuraron a huir de inmediato

Sumir fuglanna flýttu sér strax af stað

y un canario gritó con voz temblorosa a sus hijos;

og kanarífugl kallaði skjálfandi röddu til barna sinna;

—¡Váyanse, queridos míos!

"Komið burt, elskurnar mínar!"

"¡Ya es hora de que estén todos en la cama!"

"Það er kominn tími til að þið séuð öll komin í rúmið!"

Con varias excusas se fueron todos

Með ýmsum afsökunum fóru þeir allir í burtu

y Alicia no tardó en quedarse sola

og Alice var brátt ein eftir

—¡Ojalá no hubiera mencionado a Dinah!

"Ég vildi að ég hefði ekki minnst á Dinu!"

"Parece que a nadie le gusta aquí abajo"

"Enginn virðist vera hrifinn af henni hérna niðri"

—¡Pero estoy seguro de que es la mejor gata del mundo!

"en ég er viss um að hún er besti köttur í heimi!"

La pobre Alicia se echó a llorar de nuevo

Aumingja Alice fór aftur að gráta

porque se sentía muy sola y desanimada

vegna þess að henni fannst hún mjög einmana og lítilfjörug

Al cabo de un rato, sin embargo, volvió a oír algo

En eftir litla stund heyrði hún aftur eitthvað

un pequeño golpeteo de pasos a lo lejos

smá fótatak í fjarska

Y ella miró hacia arriba ansiosamente

og hún leit upp ákaft

El conejo manda al pequeño Sr. Bill
Kanínan sendir inn litla herra Bill

Era el conejo blanco, que volvía trotando lentamente
Það var hvíta kanínan, sem brokkaði hægt til baka aftur
Miraba a su alrededor ansiosamente mientras se alejaba
Hann horfði áhyggjufullur í kringum sig á meðan hann fór
Parecía como si hubiera perdido algo
hann leit út eins og hann hefði misst eitthvað
Alicia le oyó murmurar para sí misma
Alice heyrði hann muldra við sjálfa sig
—¡La duquesa! ¡La duquesa! ¡Oh, mis queridas patas!
"Hertogaynjan! Hertogaynjan! Ó, elsku loppurnar mínar!"
—¡Oh, mi pelo y mis bigotes!
"Ó, feldurinn minn og hárhár!"
"Ella hará que me ejecuten, estoy seguro de eso"
"Hún mun taka mig af lífi, ég er viss um það"
—¡Tan cierto como que los hurones son hurones!
"Alveg eins víst og frettur eru frettur!"
"¿Dónde puedo haber dejado mis cosas, me pregunto?"
"Hvar get ég hafa misst dótið mitt, velti ég fyrir mér?"
Alicia adivinó en un momento lo que estaba buscando
Alice giskaði á augnabliki hvað hann væri að leita að

Buscaba el abanico de plumas
Hann var að leita að fjaðraviftunni
Y buscaba el par de guantes blancos
og hann var að leita að hvítu hönskunum
Así que ella, muy bondadosamente, comenzó a buscar los guantes
Svo hún fór mjög góðlátlega að leita að hönskunum
Y también buscó el abanico de plumas
og hún leitaði líka að fjaðraviftunni
Pero los guantes y el abanico de plumas no se veían por ninguna parte
en hanskarnir og fjaðraviftan voru hvergi sjáanleg
Todo parecía haber cambiado desde que se bañó en la piscina
Allt virtist hafa breyst síðan hún synti í lauginni
Nada era igual desde que estaba en el Gran Salón
ekkert var eins síðan hún hafði verið í stóra salnum
y la mesa de cristal había desaparecido
og glerborðið var horfið
Y la puertecita tampoco estaba allí
og litla hurðin var ekki þar heldur
Muy pronto el conejo se fijó en Alicia
Mjög fljótlega tók kanínan eftir Alice
—la llamó en tono airado
Hann kallaði til hennar í reiðilegum tón
—Mary Ann, ¿qué haces aquí?
"Mary Ann, hvað ertu að gera hérna úti?"
"Corre a casa en este momento"
"Hlauptu heim á þessu augnabliki"
—¡Y tráeme un par de guantes y un abanico de plumas!
"og sæktu mér hanska og fjaðraviftu!"
—¡Y date prisa!
"Og vertu fljótur að því!"
Alicia se habló a sí misma mientras salía corriendo
Alice talaði við sjálfa sig þegar hún hljóp af stað
—¡Debe de haberme confundido con su criada!
"Hann hlýtur að hafa misskilið mig fyrir vinnukonu sinni!"

"¡Qué sorpresa se quedará cuando se entere de quién soy!"
"Hve hissa hann verður þegar hann kemst að því hver ég er!"
Al decir esto, se encontró con una casita pulcra
Þegar hún sagði þetta kom hún að snyrtilegu litlu húsi
En la puerta de la casa había una placa de bronce brillante
á húsdyrum var björt látúnsplata
"W. CONEJO"
"W. KANÍNA"
Entró sin llamar a la puerta
Hún gekk inn án þess að banka á dyrnar
Y se apresuró a subir las escaleras
og hún flýtti sér beint upp á efri hæðina
le preocupaba conocer a la verdadera Mary Ann
hún hafði áhyggjur af því að hún gæti hitt hina raunverulegu
Mary Ann
porque entonces la echarían de la casa
því þá yrði henni vísað út úr húsinu
Y no sería capaz de encontrar el abanico de plumas y los
guantes
og hún myndi ekki geta fundið fjaðraviftuna og hanskana
Alicia había encontrado el camino hacia una pequeña
habitación ordenada
Alice hafði rataði inn í snyrtilegt lítið herbergi
En la habitación había una mesa junto a la ventana
í herberginu var borð við gluggann
y sobre la mesa había un abanico de plumas
og á borðinu var fjaðravifta
Y había dos o tres pares de diminutos guantes blancos
og það voru tvö eða þrjú pör af litlum hvítum hönskum
Cogió el abanico de plumas y un par de guantes
Hún tók upp fjaðraviftuna og par af hönskunum
Y estaba a punto de salir de la habitación
og hún var í þann mund að yfirgefa herbergið
Pero entonces sus ojos se posaron en una botellita
en þá féllu augu hennar á litla flösku
Descorchó la botella y se la llevó a los labios
Hún tók tappann af flöskunni og setti hana að vörum sér

"Espero que me haga crecer de nuevo"
"Ég vona að það fái mig til að stækka aftur"
"¡Estoy cansada de ser una cosita tan pequeña!"
"Ég er þreytt á að vera svona pínulítill hlutur!"
Alicia apenas se había bebido la mitad de la botella
Alice hafði varla drukkið hálfa flöskuna
Su cabeza ya estaba presionada contra el techo
Höfuð hennar þrýstist þegar upp í loftið
Y tuvo que agacharse
og hún varð að beygja sig niður
para salvar su cuello de ser roto
til að bjarga hálsi hennar frá því að brotna
Dejó apresuradamente la botella
Hún lagði flöskuna frá sér í flýti
"Con eso basta"
"Það er alveg nóg"
"Espero no crecer más"
"Ég vona að ég vaxi ekki lengur"
¡Ay! ¡Era demasiado tarde para desearlo!
Því miður! Það var of seint að óska þess!
Ella siguió creciendo y creciendo
Hún hélt áfram að vaxa og vaxa
y muy pronto tuvo que arrodillarse en el suelo
og mjög fljótlega varð hún að krjúpa á gólfið
Y aun así siguió creciendo
og jafnvel þá hélt hún áfram að vaxa
Como último recurso, sacó un brazo por la ventana
Sem síðasta úrræði setti hún annan handlegginn út um gluggann
Y metió un pie por la chimenea
og hún setti annan fótinn upp í strompinn
"Ahora no puedo hacer más, pase lo que pase"
"Nú get ég ekki meira, hvað sem gerist"
—¿Qué será de mí?
"Hvað verður um mig?"

Alicia tuvo un poco de suerte
Alice var heppin
La pequeña botella mágica había tenido todo su efecto
Litla töfraflaskan hafði haft full áhrif
y Alicia no creció más de lo que era
og Alice varð ekki stærri en hún var
Al cabo de unos minutos oyó una voz en el exterior
Eftir nokkrar mínútur heyrði hún rödd fyrir utan
Y se detuvo a escuchar la voz
og hún nam staðar til að hlusta á röddina
—¡María Ana! ¡Mary Ann! -dijo la voz-
"María Ann! Mary Ann!" sagði röddin
"¡Tráeme mis guantes en este momento!"
"Sæktu mig hanskana mína á þessari stundu!"
Luego se oyó un pequeño golpeteo de pies en la escalera
Svo kom smá fótaklapp á stiganum
Alicia supo que era el conejo que venía a buscarla
Alice vissi að það var kanínan sem kom að leita að henni
Y tembló hasta hacer temblar la casa
Og hún skalf þar til hún hristi húsið

Se olvidó por completo de sus proporciones
hún gleymdi alveg hver hlutföll hennar voru
Era mil veces más grande que el conejo
hún var þúsund sinnum stærri en kanínan
Y no tenía por qué temer a un conejo
og hún hafði enga ástæðu til að vera hrædd við kanínu
De pronto, el conejo se acercó a la puerta
Um leið kom kanínan að dyrunum
Y el conejito trató de abrir la puerta
og litla kanínan reyndi að opna dyrnar
La puerta comenzó a abrirse hacia adentro
hurðin byrjaði að opnast inn á við
pero el codo de Alicia estaba apretado con fuerza contra la puerta
en olnboga Alice þrýstist fast að hurðinni
Ese intento resultó un fracaso
sú tilraun reyndist misheppnuð
Alicia oyó que el conejo se hablaba a sí mismo
Alice heyrði kanínuna tala við sjálfa sig
"Entonces daré la vuelta y entraré por la ventana"
"Þá fer ég í kringum og kem inn um gluggann"
«¡Que no lo harás!», pensó Alicia
"Það gerir þú ekki!" hugsaði Alice
Y volvió a esperar un poco
Og hún beið aftur dálítið
Pronto oyó al conejo justo debajo de la ventana
Brátt heyrði hún í kanínunni rétt undir glugganum
De repente extendió la mano
Hún rétti skyndilega út höndina
Y ella hizo un arrebato en el aire
og hún hrifsaði upp í loftið
No se apoderó de nada
Hún náði ekki í neitt
Pero oyó un pequeño alarido y una caída
en hún heyrði lítið öskur og fall
Y oyó el estrépito de cristales rotos
og hún heyrði brak úr glerbrotum

Tal vez el conejo se había caído
kannski hafði kanínan dottið
Tal vez estaba en un invernadero
kannski var hann í grænu húsi
Luego se oyó una voz airada; La voz del conejo
Því næst kom reiðileg rödd; Rödd kanínunnar
"Pat, ¿dónde estás?"
"Pat, hvar ertu?"
Y entonces llegó una voz que nunca antes había oído
Og þá kom rödd sem hún hafði aldrei heyrt áður
"¡Su señoría, estoy aquí!"
"Heiður þinn, ég er hér!"
"Estoy cavando en busca de manzanas"
"Ég er að grafa eftir eplum"
"¡Aquí! ¡Ven y ayúdame a salir de esto!"
"Hérna! Komdu og hjálpaðu mér út úr þessu!"
—Ahora dime, Pat, ¿qué es eso que hay en la ventana?
"Segðu mér nú, Pat, hvað er þetta í glugganum?"
"Claro, su señoría, se lo diré"
"Jú, heiður þinn, ég skal segja þér það"
"¡Es un brazo que está en la ventana!"
"Það er handleggur sem er í glugganum!"
"Bueno, un brazo no tiene nada que hacer allí"
"Jæja, armur á ekkert erindi þar"
"¡Ve y quítate el brazo!"
"Farðu og taktu handlegginn í burtu!"
Hubo un largo silencio después de esto
Það varð löng þögn eftir þetta
y Alicia sólo podía oír susurros de vez en cuando
og Alice heyrði bara hvísl af og til
Y, por fin, volvió a extender la mano
og loks rétti hún út höndina aftur
Y ella hizo otro arrebato en el aire
og hún hrifsaði enn eitt í loftið
Esta vez hubo dos pequeños chillidos
Í þetta skiptið heyrðust tvö lítil öskur
y se escucharon más sonidos de vidrios rotos

og það heyrðust fleiri glerbrot

«¡Me pregunto qué harán ahora!», pensó Alicia

"Ég velti því fyrir mér hvað þau geri næst!" hugsaði Alice

"Ojalá me sacaran por la ventana"

"Ég vildi að þeir myndu draga mig út um gluggann"

Esperó un buen rato

Hún beið í nokkurn tíma

Pero durante un rato no oyó nada más

en um tíma heyrði hún ekkert meira

Por fin se oyó el estruendo de unas ruedas

Loks heyrðist gnýr í litlum hjólum

Y se oyó el sonido de muchas voces

Og þar heyrðust margar raddir

Todas las voces hablaban al unísono

allar raddirnar töluðu saman

Pudo distinguir algunas de las palabras

Hún gat greint sum orðin

—¿Dónde está la otra escalera?

"Hvar er hinn stiginn?"

"Bill tiene la otra escalera"

"Bill er með hinn stigann"

"¡Bill, ven aquí!"

"Bill, komdu hingað!"

—¿Soportará el techo la carga?

"Mun þakið bera byrðina?"

—¿Quién quiere bajar por la chimenea?

"Hver vill fara niður í strompinn?"

—¡No, no lo haré! ¡Tú lo haces!"

"Nei, ég skal ekki gera það! Þú gerir það!"

—¡Aquí, Bill!

"Hérna, Bill!"

"¡El maestro dice que tienes que bajar por la chimenea!"

"Húsbóndinn segir að þú verðir að fara niður strompinn!"

Alicia arrastró el pie por la chimenea todo lo que pudo

Alice dró fótinn eins langt niður strompinn og hún gat

Y luego esperó a ver lo que venía

og svo beið hún eftir að sjá hvað væri í boði

Escuchó a un animalito arañar y revolver
Hún heyrði lítið dýr klóra og skreppa
El animalito debe estar en la chimenea
litla dýrið verður að vera í strompnum
Luego dio una fuerte patada
svo gaf hún eitt snöggt spark
Y esperó a ver qué pasaría después
og hún beið eftir að sjá hvað myndi gerast næst
Oyó un coro general de voces
hún heyrði almennan kór radda
"¡Ahí va Bill!", dijeron todos
"Þarna fer Bill!" sögðu þeir allir
Entonces oyó solo la voz del conejo
Þá heyrði hún rödd kanínunnar eina
"¡Tú por el seto, atrápalo!"
"Þú við limgerðið, náðu honum!"
Hubo otro momento de silencio
það varð önnur þögn
Y entonces hubo otra confusión de voces
og svo varð annar ruglingur í röddum
"Levanta la cabeza, Brandy"
"Haltu höfðinu uppi, Brandy"
"Ten cuidado de no asfixiarlo"
"Gættu þess að kæfa hann ekki"
—¿Qué te pasó?
"Hvað kom fyrir þig?"
Por último, llegó una vocecita débil y chillona
Síðast kom lítil veikburða, tístandi rödd
"Bueno, ya casi no sé"
"Jæja, ég veit varla meira"
"Gracias a todos, ahora estoy mejor"
"takk öll, ég er betri núna"
"Hay una cosa que puedo recordar"
"það er eitt sem ég man eftir"
"Algo viene hacia mí como un tren en un túnel"
"Eitthvað kemur að mér eins og lest í göngum"
"¡Y vuelo hacia arriba como un cohete!"

"og upp flýg ég eins og eldflaug!"
Hubo uno o dos minutos de silencio
Það var ein eða tvær mínútur af þögn
Y entonces empezaron a moverse de nuevo
og síðan tóku þeir að hreyfa sig aftur
y Alicia oyó hablar de nuevo al Conejo
og Alice heyrði kanínuna tala aftur
"Un túmulo servirá, para empezar"
"Til að byrja með dugar haugfylli"
«¿Un túmulo lleno de qué?», pensó Alicia
"Haugfylli af hverju?" hugsaði Alice
Pero no la mantuvieron en suspenso por mucho tiempo
En henni var ekki haldið lengi í spennu
Una lluvia de guijarros entró por la ventana
Lítil smásteinaregn kom inn um gluggann
Y algunas de las piedrecitas le golpearon en la cara
og sumir af litlu smásteinunum lentu í andlitinu á henni
Alicia se sorprendió por los guijarros
Alice var hissa á litlu smásteinunum
Todos los guijarros se estaban convirtiendo en pasteles
allir litlu smásteinarnir voru að breytast í kökur
Y una idea brillante se le ocurrió
og björt hugmynd kom upp í huga hennar
"Debería comerme uno de estos pasteles"
"Ég ætti að borða eina af þessum kökum"
"El pastel seguramente hará algún cambio en mi tamaño"
"Kaka mun örugglega breyta stærðinni minni"
Así que se tragó uno de los pasteles
Svo hún gleypti eina kökuna
Y se alegró al descubrir que empezaba a encogerse
og hún var ánægð að komast að því að hún fór að skreppa
saman
**Pronto fue lo suficientemente pequeña como para pasar por
la puerta**
brátt var hún orðin nógu lítil til að komast inn um dyrnar
Salió corriendo de la casa
Hún hljóp út úr húsinu

Una multitud de animalitos y pájaros esperaban afuera
Fjöldi lítilla dýra og fugla beið fyrir utan
todos los pajaritos y animales se abalanzaron sobre Alicia
allir litlu fuglarnir og dýrin hlupu á Alice
Pero ella huyó lo más rápido que pudo
en hún hljóp burt eins hratt og hún gat
Y pronto se encontró a salvo en un espeso bosque
og brátt fann hún sig örugga í þykkum skógi
Alicia vagaba por el bosque
Alice ráfaði um í skóginum
Y pensó para sí misma:
Og hún hugsaði með sér:
"Sé lo que tengo que hacer primero"
"Ég veit hvað ég þarf að gera fyrst"
"Primero tengo que volver a crecer hasta el tamaño adecuado"
"fyrst þarf ég að vaxa í rétta stærð aftur"
"Y luego tengo que encontrar mi camino hacia ese hermoso jardín"
"og þá verð ég að rata inn í þennan yndislega garð"
"Supongo que debería comer o beber una cosa u otra"
"Ég ætti ekki að borða eða drekka eitt eða annað"
"Pero la pregunta es ¿qué debo comer o beber?"
"en spurningin er hvað á ég að borða eða drekka?"
Alicia miró a su alrededor las flores
Alice leit í kringum sig á blómin
Y miró a través de las briznas de hierba
og hún leit í gegnum grasstráin
pero no podía ver nada de comer ni de beber
en hún sá ekkert að borða eða drekka
Nada parecía ser lo adecuado para comer o beber
Ekkert leit út fyrir að vera réttur hlutur til að borða eða drekka
Había un gran hongo creciendo cerca de ella
Það var stór sveppur að vaxa nálægt henni
el hongo tenía aproximadamente la misma altura que Alicia
sveppurinn var um það bil jafn hár og Alice
Se estiró de puntillas

Hún teygði sig upp á tánum
Y se asomó por el borde del hongo
og hún gægðist yfir brún sveppsins
**Sus ojos se encontraron inmediatamente con los ojos de una
gran oruga azul**
Augu hennar mættu strax augum stórrar blárrar maðks
La oruga estaba sentada en la parte superior del hongo
Larfan sat efst á sveppnum
y la oruga se había cruzado de brazos
og maðkurinn hafði krosslagt alla handleggi sína
Y estaba fumando tranquilamente una larga cachimba
og hann reykti hljóðlega langa vatnspípu
y no hizo la menor atención a nada
og hann tók ekki minnstu gaum að neinu
y ciertamente no le prestó atención a Alicia
og hann veitti Alice svo sannarlega ekki athygli

Consejos de una oruga
Ráð frá maðki

Por fin, la oruga se quitó la pipa de la boca
Loksins tók lirfan vatnspípuna úr munni sér
y se dirigió a Alicia con voz lánguida y soñolienta
og hann ávarpaði Alice með sljóri, syfjaðri röddu
—¿Quién eres? —preguntó la oruga
"Hver ert þú?" sagði lirfan

Alicia respondió, con cierta timidez: "No lo sé, señor"
Alice svaraði frekar feimnislega: "Ég veit það varla, herra"
"Justo en este momento está todo un poco..."
"Bara í augnablikinu er þetta allt svolítið..."
"Sé quién era cuando me levanté esta mañana"
"Ég veit hver ég var þegar ég fór á fætur í morgun""
"pero creo que debo haber cambiado varias veces desde entonces"
"en ég held að ég hljóti að hafa breyst nokkrum sinnum síðan þá"
—¿Qué quieres decir con eso? —dijo la oruga—
"Hvað meinarðu með því?" sagði lirfan

Con severidad, la oruga le pidió que se explicara

Stranglega bað lirfan hana að útskýra sig

—Me temo que no puedo explicarme, señor —dijo Alicia—

"Ég get ekki útskýrt mig, ég er hræddur um, herra," sagði
Alice

"porque no soy yo mismo"

"Af því að ég er ekki ég sjálf"

**"Verás, tener tantos tamaños diferentes en un día es muy
confuso"**

"Þú sérð, að vera svo margar mismunandi stærðir á einum
degi er mjög ruglingslegt"

Se incorporó y dijo muy gravemente:

Hún reif sig upp og sagði mjög alvarlega:

"Creo que primero deberías decirme quién eres"

"Ég held að þú ættir að segja mér hver þú ert, fyrst"

"¿Por qué?", dijo la oruga

"Hvers vegna?" sagði lirfan

Alicia no se le ocurría ninguna buena razón

Alice gat ekki hugsað sér neina góða ástæðu

**Y la oruga parecía estar en un estado de ánimo muy
desagradable**

og lirfan virtist vera í mjög óþægilegu hugarástandi

Así que se dio la vuelta

Svo hún sneri sér undan

"¡Vuelve!", la oruga la llamó

"Komdu aftur!" kallaði lirfan á eftir henni

"¡Tengo algo importante que decir!"

"Ég hef eitthvað mikilvægt að segja!"

Alicia se dio la vuelta y volvió otra vez

Alice sneri sér við og kom aftur

—Mantén la calma —dijo la oruga—

"Haltu skapi þínu," sagði lirfan

-¿Eso es todo? -preguntó Alicia

"Er það allt og sumt?" sagði Alice

Y se tragó su rabia lo mejor que pudo

og hún kyngdi reiði sinni eins vel og hún gat

—No —dijo la oruga—

"Nei," sagði lirfan

La oruga desplegó sus brazos

lirfan breiddi út handleggina

Y volvió a sacarse la pipa de la boca

Og hann tók vatnspípuna úr munni sér aftur

y él dijo: "Así que Ud. piensa que Ud. ha cambiado, ¿verdad?"

og hann sagði: "Svo þú heldur að þú sért breyttur, er það?"

—Me temo, he cambiado, señor —dijo Alicia—

"Ég er hræddur um að ég sé breyttur, herra," sagði Alice

"No puedo recordar las cosas como solía recordarlas"

"Ég man ekki hlutina eins og ég var vanur að muna þá"

"¡Y no me quedo del mismo tamaño por más de diez minutos!"

"og ég er ekki í sömu stærð í meira en tíu mínútur!"

"¿Qué tamaño quieres tener?", preguntó la oruga

"Hvaða stærð viltu vera?" spurði lirfan

—Oh, no me importa especialmente el tamaño que tenga — respondió Alicia apresuradamente—

"Ó, mér er alveg sama hvaða stærð ég er," svaraði Alice í flýti

"Simplemente no me gusta cambiar de tamaño tan a menudo, ya sabes"

"Mér finnst bara ekki gaman að skipta um stærð svona oft, þú veist"

"Me gustaría ser un poco más grande, señor"

"Mig langar að vera aðeins stærri, herra"

—Si no te importa —añadió Alicia—

"ef þér væri sama," bætti Alice við

"Diez centímetros es una altura tan miserable para ser"

"Tíu sentímetrar er svo ömurleg hæð að vera"

-¡Es una altura muy buena! -exclamó la oruga con rabia-

"Það er mjög góð hæð!" sagði lirfan reiðilega

Y se irguió mientras hablaba

Og hann reis uppréttur meðan hann talaði

Medía exactamente diez centímetros de alto

Hann var nákvæmlega tíu sentímetrar á hæð

En uno o dos minutos, la oruga bajó del hongo

Eftir eina eða tvær mínútur fór lirfan niður af sveppnum
Y se arrastró por la hierba
og hann skreið í grasið
Al alejarse, hizo algunas pequeñas observaciones
Þegar hann gekk burt sagði hann nokkrar smá athugasemdir
"Un lado te hará crecer más alto"
"Önnur hliðin mun láta þig vaxa hærri"
"Y el otro lado te hará acortar"
"og hin hliðin mun láta þig styttast"
«¿Un lado de qué?», pensó Alicia para sí misma
"Ein hlið á hverju?" hugsaði Alice með sjálfri sér
—¿El otro lado de qué?
"Hin hliðin á hverju?"
—El costado del hongo —dijo la oruga—
"Hlið sveppsins," sagði maðkurinn
Era como si hubiera hecho su pregunta en voz alta
það var eins og hún hefði spurt spurningu sína upphátt
Y en otro momento, se perdió de vista
og á öðru andartaki var hann horfinn úr augsýn
Alicia se quedó mirando pensativa el hongo
Alice horfði hugsi á sveppinn
Estaba tratando de distinguir cuáles eran los dos lados del hongo
hún var að reyna að átta sig á því hverjar væru tvær hliðar sveppsins
Por fin, estiró los brazos alrededor de la seta
Loks teygði hún handleggina utan um sveppinn
Y rompió un poco los bordes
og hún braut svolítið af brúnunum
"Y ahora, ¿qué lado es cuál?", se dijo a sí misma
"Og nú, hvoru megin er hvil?" sagði hún við sjálfa sig
Y mordisqueó un poco de la parte de la mano derecha
og hún nartaði aðeins í hægri bitann
Al momento siguiente sintió un violento golpe debajo de la barbilla
Á næsta augnabliki fann hún fyrir harkalegu höggi undir hökunni

¡Su barbilla había golpeado su pie!

Hakan hafði lent í fæti hennar!

Estaba bastante asustada por este cambio tan repentino

Hún var talsvert hrædd við þessa mjög skyndilegu breytingu

Se estaba encogiendo muy rápidamente

hún skreppti mjög hratt saman

Así que rápidamente se comió un poco del otro trozo de champiñón

svo hún borðaði fljótt eitthvað af hinum sveppunum

Su barbilla estaba muy presionada contra su pie

Höku hennar var þrýst mjög þétt að fæti hennar

Apenas había espacio para abrir la boca

það var varla pláss til að opna munninn

Pero al fin logró abrir la boca

en henni tókst loksins að opna munninn

Y tragó un bocado del pedazo de la mano izquierda

og hún gleypti bita af vinstra bitanum

-¡Por fin me han liberado la cabeza! -exclamó Alicia-

"Loksins er búið að losa höfuðið á mér!" sagði Alice

Se miró a sí misma

Hún leit niður á sjálfa sig

Pero todo lo que podía ver era una inmensa longitud de cuello

en það eina sem hún sá var gríðarlega langur háls

Su cuello parecía elevarse como un tallo

Háls hennar virtist rísa eins og stöngull

Y miró hacia abajo sobre un mar de hojas verdes

og hún leit niður yfir haf af grænum laufum

—¿A dónde han llegado mis hombros?

"Hvert eru axlir mínar komnar?"

"Y oh, mis pobres manos, ¿cómo es que no puedo verte?"

"Og ó, aumingja hendurnar mínar, hvernig stendur á því að ég sé þig ekki?"

Pero su cuello tenía un beneficio

en hálsinn hafði einn ávinning

Podía mover la cabeza en cualquier dirección

hún gat hreyft höfuðið í hvaða átt sem er

De hecho, era como una serpiente
í raun var hún alveg eins og höggormur
Ella zigzagueó con gracia con la cabeza hacia abajo
Hún sikksakkaði höfðinu þokkalega niður
Y movió la cabeza entre los árboles
og hún hreyfði höfuðið milli trjánna
Pero entonces oyó un silbido agudo
en þá heyrði hún snöggt hvæs
Y rápidamente echó la cabeza hacia atrás
og hún dró höfuðið snöggt aftur
Una gran paloma había volado hacia su cara
Stór dúfa hafði flogið í andlit hennar
y la paloma se agitó violentamente con sus alas
og dúfan var harkalega með vængina

-¡Serpiente! -exclamó la paloma-
"Höggormur!" hrópaði dúfan
-¡No soy una serpiente! -exclamó Alicia indignada-
"Ég er ekki höggormur!" sagði Alice reið

"¡Déjame en paz!"

"Láttu mig í friði!"

"He probado las raíces de los árboles"

"Ég hef prófað rætur trjáa"

—Y he probado setos —prosiguió la paloma—

"og ég hef prófað limgerði," hélt dúfan áfram

—¡Pero esas serpientes! ¡No hay forma de complacerlos!"

"En þessir höggormar! Það er ekkert að þóknast þeim!"

Alicia estaba cada vez más desconcertada

Alice varð meira og meira undrandi

-Como si ya fuera bastante trabajo incubar los huevos -dijo la paloma-

"Eins og það væri ekki nógu mikið vesen að klekja út eggjunum," sagði dúfan

—¡De noche y de día también tengo que estar atento a las serpientes!

"Nótt og dag verð ég líka að passa mig á höggormum!"

"Acababa de encontrar el árbol más alto del bosque"

"Ég var nýbúinn að finna hæsta tréð í skóginum"

—¿Estaría libre de serpientes aquí?

"Ætli ég væri laus við höggorma hér?"

"¡Y sale una serpiente del cielo!"

"Og út kemur höggormur af himni!"

-¡Pero yo no soy una serpiente, te lo aseguro! -dijo Alicia-

"En ég er ekki höggormur, segi ég þér!" sagði Alice

"Soy un... Soy un... Soy una niña —añadió con cierta duda—

"Ég er... Ég er... Ég er lítil stelpa," bætti hún við frekar efasemdarlega

Después de todo, había estado pasando por muchos cambios

Hún hafði jú verið að ganga í gegnum miklar breytingar

—Estás buscando huevos —dijo la paloma—

"Þú ert að leita að eggjum," sagði dúfan

"Lo sé con certeza"

"Ég veit það fyrir víst"

—¿Y qué importa si eres una niña o una serpiente?

"Og hvaða máli skiptir það hvort þú ert lítil stelpa eða höggormur?"

—A mí me importa mucho —dijo Alicia apresuradamente—
"Það skiptir mig miklu máli," sagði Alice í flýti
"pero no estoy buscando huevos, como suele ser"
"en ég er ekki að leita að eggjum, eins og það gerist"
"Y de todos modos no querría tus huevos"
"og ég myndi hvort sem er ekki vilja eggin þín"
"No me gustan los huevos crudos"
"Mér líkar ekki við eggin mín hrá"
-¡Pues váyase! -dijo la paloma en tono malhumorado-
"Jæja, farðu þá!" sagði dúfan fúl
Y la paloma se instaló de nuevo en su nido
og dúfan settist aftur niður í hreiður sitt
Alicia se agachó entre los árboles lo mejor que pudo
Alice hneig niður á milli trjánna eins vel og hún gat
Su cuello no dejaba de enredarse entre las ramas
Hálsinn á henni flæktist stöðugt á milli greinanna
De vez en cuando tenía que detenerse y desenroscar el cuello
Öðru hvoru þurfti hún að stoppa og snúa hálsinum
Al cabo de un rato se acordó de la seta
Eftir smá stund mundi hún eftir sveppnum
Todavía sostenía los trozos de hongo en sus manos
hún hélt enn á sveppabitunum í höndunum
Y se puso a trabajar con mucho cuidado
og hún hófst handa mjög varlega
Primero mordisqueó una pieza
fyrst nartaði hún í eitt stykki
Y luego mordisqueó la otra pieza
og svo nartaði hún í hitt stykkið
A veces crecía
stundum varð hún hærri
y a veces se acortaba
og stundum varð hún styttri
pero finalmente alcanzó su altura habitual
en loksins náði hún sinni venjulegu hæð
Hacía tiempo que no era de su estatura
hún hafði ekki verið á sinni eigin hæð í nokkurn tíma
Así que todo se sintió extraño por un tiempo

Þannig að allt var undarlegt um stund
"Lo siguiente que hay que hacer es entrar en ese hermoso jardín"
"Það næsta sem þarf að gera er að fara inn í fallega garðinn"
—¿Cómo se va a hacer eso, me pregunto?
"hvernig á að gera það, velti ég fyrir mér?"
Al decir esto, llegó a un lugar abierto
Þegar hún sagði þetta kom hún að opnum stað
Había una casita, un poco más de un metro de altura
það var lítið hús, aðeins hærra en metri
"Me pregunto quién vive en esta casita"
"Ég velti því fyrir mér hver býr í þessu litla húsi"
"Ciertamente no puedo entrar tan grande como soy"
"Ég get svo sannarlega ekki farið inn eins stór og ég er"
—¡Los asustaría terriblemente!
"Ég myndi hræða þá hræðilega!"
Así que volvió a mordisquear el pequeño champiñón
svo hún nartaði aftur í litla sveppinn
Y pronto bajó treinta centímetros
og brátt kom hún sér niður þrjátíu sentímetra

Un cerdo y un poco de pimienta
Svín og smá pipar

Durante uno o dos minutos se quedó mirando la casa
Í eina eða tvær mínútur stóð hún og horfði á húsið
De repente, un lacayo salió corriendo del bosque
Skyndilega kom fótgöngumaður hlaupandi út úr skóginum
Vestía un uniforme especial
hann var í sérstökum einkennisbúningi
A juzgar solo por su rostro, ella lo habría llamado pez
Af andliti hans að dæma hefði hún kallað hann fisk
Y golpeó fuertemente la puerta con los nudillos
og hann bankaði hátt á dyrnar með hnúunum
La puerta fue abierta por otro lacayo
Annar fótgöngumaður opnaði dyrnar
Este lacayo también llevaba una librea especial
Þessi fótgangandi var líka í sérstökum klæðnaði
Este lacayo tenía una cara redonda y ojos grandes como los de una rana
Þessi fótgangandi var með kringlótt andlit og stór augu eins og froskur

El lacayo, que parecía un pez, inició la ceremonia
Fótgangandi maðurinn sem leit út eins og fiskur hóf athöfnina
Sacó algo de debajo de su brazo
Hann dró eitthvað undæn handleggnum á sér
Y sacó de debajo del brazo un sobre
og hann dró umslag undan hendi sér
Y este sobre se lo entregó al otro lacayo
Og þetta umslag rétti hann hinum fótgöngumanninum
En tono ceremonioso le comunicó las órdenes
í hátíðlegum tón sagði hann honum skipanirnar
"Este mensaje es para la duquesa"
"Þessi skilaboð eru til hertogaynjunnar"
"Una invitación de la reina a jugar al croquet"
"Boð frá drottningunni um að spila á krikket"
El lacayo, que parecía una rana, repitió la orden
Fótgöngumaðurinn sem leit út eins og froskur endurtók
skipunina
"De la Reina"
"Frá drottningunni"
"Una invitación"
"boð"
"para la duquesa"
"fyrir hertogaynjuna"
"Jugar al croquet"
"Að spila krikket"
Entonces ambos se inclinaron profundamente
Þá hneigðu þeir sig báðir lágt
y los rizos de sus pelucas se enredaron
og krullurnar í hárkollunum þeirra flæktust saman
Pronto el lacayo que parecía un pez se había ido
Brátt var fótgangandi maðurinn, sem leit út eins og fiskur,
horfinn
Pero el lacayo que parecía una rana todavía estaba allí
En fótgöngumaðurinn, sem leit út eins og froskur, var þar enn
Estaba sentado en el suelo, cerca de la puerta
Hann sat á jörðinni nálægt dyrunum
Estaba mirando estúpidamente al cielo

hann starði heimskulega upp í himininn

Alicia se acercó tímidamente a la puerta y llamó

Alice gekk feimnislega upp að dyrunum og bankaði

—Es inútil llamar a la puerta —dijo el lacayo—

"Það þýðir ekkert að banka," sagði fótgangandi

"Y eso es por dos razones"

"Og það er af tveimur ástæðum"

"Primero, porque estoy del mismo lado de la puerta que tú"

"Í fyrsta lagi vegna þess að ég er sömu megin við dyrnar og þú"

"En segundo lugar, porque están haciendo mucho ruido dentro"

"Í öðru lagi vegna þess að þeir eru að gera svo mikinn hávaða inni"

"Nadie podría escucharte"

"enginn heyrði í þér"

Y, ciertamente, había un ruido extraordinario en su interior

Og það var vissulega ótrúlegur hávaði í gangi innra með okkur

un aullido y estornudos constantes

stöðugt væl og hnerra

y de vez en cuando se oye un gran estruendo

og öðru hvoru heyrist mikið brak

como si un plato o una tetera se hubieran roto en pedazos

eins og diskur eða ketill hafi verið brotinn í sundur

-¿Cómo voy a entrar? -preguntó Alicia

"Hvernig á ég að komast inn?" spurði Alice

—¿Deberías entrar? —dijo el lacayo—

"Ættirðu að komast inn?" sagði fótgangandi

"Esa es la primera pregunta, ya sabes"

"Það er fyrsta spurningin, veistu"

Alicia abrió la puerta y entró

Alice opnaði dyrnar og fór inn

La puerta conducía directamente a una gran cocina

Hurðin leiddi beint inn í stórt eldhús

La cocina estaba llena de humo de un extremo a otro

eldhúsið var fullt af reyk frá einum enda til annars

en medio de la cocina estaba la duquesa
í miðju eldhúsinu var hertogaynjan
Estaba sentada en un taburete de tres patas
hún sat á þrífættum kolli
Y ella estaba amamantando a un bebé
og hún var með barn á brjósti
El cocinero estaba inclinado sobre el fuego
kokkurinn hallaði sér yfir eldinn
Estaba removiendo un gran caldero
hann var að hræra í stórum köllri
y el caldero parecía estar lleno de sopa
og caldron virtist vera full af súpu
"¡Ciertamente hay demasiada pimienta en esa sopa!" —se dijo Alicia
"Það er vissulega of mikill pipar í súpunni!" sagði Alice við sjálfa sig
Lo dijo lo mejor que pudo, sin estornudar
Hún sagði það eins vel og hún gat án þess að hnerra
Incluso la duquesa estornudaba de vez en cuando
Meira að segja hertogaynjan hnerraði af og til
Pero las acciones del bebé fueron las más notables
en gjörðir barnsins voru eftirtektarverðastar
El bebé estornudaba y aullaba alternativamente
barnið hnerraði og grenjaði til skiptis
No hubo un momento de pausa entre aullidos y estornudos
Það var ekki augnabliks hlé á milli væls og hnerra
Había dos criaturas en la cocina que no estornudaban
Það voru tvær verur í eldhúsinu sem hnerruðu ekki
El cocinero estaba demasiado ocupado para estornudar
kokkurinn var of upptekinn til að hnerra
Y al gran gato no pareció importarle el pimiento
og stóri kötturinn virtist ekki hafa neitt á móti piprinni
En cambio, el gran gato sonreía de oreja a oreja
í staðinn glotti stóri kötturinn frá eyra til eyra
-Por favor, ¿podría decírmelo -dijo Alicia, un poco tímidamente-
"Viltu segja mér það," sagði Alice dálítið feimnislega

"¿Por qué tu gato sonríe así?"
"Af hverju glottir kötturinn þinn svona?"
-Es un gato de Cheshire -dijo la duquesa-
"Þetta er Cheshire-köttur," sagði hertogaynjan
"Y por eso está sonriendo de oreja a oreja"
"Og þess vegna glottir hann frá eyra til eyra"
"No sabía que un gato de Cheshire siempre sonreía"
"Ég vissi ekki að Cheshire-köttur glotti alltaf"
—De hecho, no sabía que los gatos podían sonreír —dijo
Alicia—
"reyndar vissi ég ekki að kettir gætu glott," sagði Alice
-Hay muchas cosas que no sabes -dijo la duquesa-
"það er margt sem þú veist ekki," sagði hertogaynjan
"Hay muchas cosas que no sabes y eso es un hecho"
"Það er margt sem þú veist ekki og það er staðreynd"
En ese momento, el cocinero retiró el caldero de sopa del
fuego
Í sömu andrá tók kokkurinn súpupottinn af eldinum
Y en seguida se puso a tirar todo lo que estaba a su alcance
og um leið byrjaði hún að kasta öllu sem hún náði til
arrojó todo lo que pudo a la duquesa y al bebé
hún kastaði öllu sem hún gat í hertogaynjuna og barnið
Primero arrojó los hierros de fuego
fyrst kastaði hún eldjárnunum
Luego tiró un puñado de cacerolas
síðan kastaði hún handfylli af pottum
y finalmente tiró los platos y las fuentes
og loks henti hún diskunum og diskunum
La duquesa no le hizo caso
Hertogaynjan tók ekki mark á henni
Incluso cuando fue golpeada por un plato, no se preocupó
jafnvel þegar hún var lamin af plötu hafði hún ekki áhyggjur
El bebé ya estaba aullando tanto
barnið grenjaði nú þegar svo mikið
Así que era imposible decir si los golpes lastimaban al bebé
o no
svo það var ómögulegt að segja til um hvort höggin meiddu

barnið eða ekki

—¡Oh, por favor, ten cuidado con lo que estás haciendo! — exclamó Alicia—

"Ó, vinsamlegast hafðu í huga hvað þú ert að gera!" hrópaði Alice

Y saltaba de un lado a otro en una agonía de terror

og hún stökk upp og niður af skelfingu

la duquesa le ofreció a Alicia el bebé

hertogaynjan bauð Alice barnið

"¡Aquí! ¡Puedes amamantar un poco al bebé, si quieres!"

"Hérna! Þú mátt gefa barninu aðeins á brjósti, ef þú vilt!"

Y le arrojó al bebé mientras hablaba

og hún fleygði barninu til sín um leið og hún talaði

"Tengo que ir a prepararme para jugar al croquet con la reina"

"Ég verð að fara og gera mig tilbúinn til að spila krikket við drottninguna"

Y se apresuró a salir de la habitación

og hún flýtti sér út úr herberginu

Alicia atrapó al bebé con cierta dificultad

Alice náði barninu með nokkrum erfiðleikum

porque era una criatura de forma muy extraña

vegna þess að þetta var mjög skrýtin lítil skepna

Y el bebé extendió los brazos y las piernas en todas direcciones

og barnið rétti út handleggi og fætur í allar áttir

«Será mejor que me lleve a este niño conmigo», pensó Alicia

"Það er best að ég taki þetta barn með mér," hugsaði Alice

"Seguro que matarán a este bebé en uno o dos días"

"Þeir munu örugglega drepa þetta barn eftir einn eða tvo daga"

—¿No sería un asesinato dejar atrás a este bebé?

"Væri það ekki morð að skilja þetta barn eftir?"

Dijo las últimas palabras en voz alta

Hún sagði síðustu orðin upphátt

Y la cosita gruñó en respuesta

og litli hluturinn nöldraði til svars

—Será mejor que no te conviertas en un cerdo, querida —
dijo Alicia—
"Það er best að þú breytist ekki í svín, elskan mín," sagði Alice
"o de lo contrario no tendré nada más que ver contigo"
"annars hef ég ekkert meira með þig að gera"
Alicia empezaba a pensar para sí misma:
Alice var rétt að byrja að hugsa með sér:
**"Ahora, ¿qué voy a hacer con esta criatura cuando la lleve a
casa?"**
"Nú, hvað á ég að gera við þessa skepnu, þegar ég fæ hana
heim?"
**Pero entonces la pequeña criatura gruñó un poco
violentamente**
en þá nöldraði litla skepnan svolítið kröftuglega
y Alicia lo miró a la cara con cierta alarma
og Alice leit skelfingu lostin niður í andlit hennar
Esta vez no podía haber error al respecto
Að þessu sinni gat ekki verið um það að fara á milli mála
No era ni más ni menos que un cerdo
það var hvorki meira né minna en svín
Así que dejó a la pequeña criatura en el suelo
svo hún setti litlu skepnuna niður
**y la pequeña criatura se aleja trotando tranquilamente hacia
el bosque**
og litla skepnan brokkaði hljóðlega inn í skóginn
Alicia se sintió bastante aliviada al ver que la criatura se iba
Alice var mjög létt að sjá veruna fara
Alicia se sobresaltó un poco al ver al Gato de Cheshire
Alice varð svolítið hissa við að sjá Cheshire-köttinn
**Estaba sentado en la rama de un árbol a pocos metros de
distancia**
það sat á trjágrein nokkrum metrum í burtu
El gato solo sonrió cuando la vio
Kötturinn glotti aðeins þegar hann sá hana
—**Gato de Cheshire** —empezó Alicia, bastante
tímidamente—
"Cheshire-köttur," byrjaði Alice heldur feimnislega

—¿Podría decirme, por favor, qué camino debo tomar desde aquí?
"Viltu vinsamlegast segja mér hvaða leið ég ætti að fara héðan?"
—En esa dirección —dijo el gato—
"Í þá átt," sagði kötturinn
Y agitó la pata derecha
og það veifaði hægri loppunni
"En esa dirección vive un fabricante de sombreros"
"Í þá átt býr hattasmiður"
Y entonces el gato agitó su otra pata
og svo veifaði kötturinn hinni loppunni
"Y en esa dirección vive una liebre de marzo"
"og í þá átt býr héri"
"Visita a cualquiera de los que quieras; los dos están locos"
"Komdu í heimsókn hvort sem þú vilt; þeir eru báðir brjálaðir"
—Pero yo no quiero andar entre locos —comentó Alicia—
"En ég vil ekki fara meðal vitlausra," sagði Alice
—Oh, no puedes evitarlo —dijo el Gato—
"Ó, þú getur ekki annað," sagði kötturinn
"Aquí estamos todos locos"
"Við erum öll brjáluð hérna"
"¿Vas a jugar al croquet con la reina hoy?"
"Ertu að spila krikket við drottninguna í dag?"
—Me gustaría mucho —dijo Alicia—
"Mig langar mjög mikið," sagði Alice
"pero todavía no me han invitado"
"en mér hefur ekki verið boðið ennþá"
—Allí me verás —dijo el Gato—
"Þú sérð mig þarna," sagði kötturinn
Y de un momento a otro el gato desapareció
og frá einu augnabliki til annars hvarf kötturinn
pronto Alicia llegó a la vista de la casa de la liebre de marzo
fljótlega kom Alice auga á hús harans
Era una casa muy grande
Þetta var mjög stórt hús
así que Alicia no quiso acercarse a la casa

svo Alice vildi ekki fara nálægt húsinu

Primero tuvo que mordisquear un poco más del trozo de champiñón del lado izquierdo

fyrst þurfti hún að narta meira af sveppnum vinstra megin

Una fiesta de té loca
brjálað teboð

Delante de la casa había un árbol

Fyrir framan húsið var tré

y debajo del árbol había una mesa

og undir trénu var borð

y la mesa estaba puesta con toda clase de cubiertos

og borðið var dekkað með alls kyns hnífapörum

La Liebre de Marzo y el Sombrerero estaban sentados a la mesa

Hérinn og hattasmiðurinn voru við borðið

y juntos estaban tomando el té

og saman voru þeir að drekka te

Un lirón estaba sentado entre ellos

svefnmús sat á milli þeirra

y el lirón se durmió profundamente

Og svefnmúsin var sofnuð

La mesa era de un tamaño extraordinario

Borðið var óvenju stórt

Pero la mayor parte de la mesa estaba desocupada

en megnið af borðinu var mannlaust

Se sentaron apiñados en una esquina de la mesa

Þau sátu þétt saman í einu horni borðsins

y, sin embargo, se excusaban cuando veían a Alicia

og samt afsakuðu þau sig þegar þau sáu Alice

"¡No hay espacio! ¡No hay lugar!", gritaron

"Ekkert pláss! Ekkert pláss!" hrópuðu þeir

-¡Hay sitio de sobra! -exclamó Alicia indignada-

"Það er nóg pláss!" sagði Alice reið

En un extremo de la mesa había un gran sillón

Við annan enda borðsins var stór hægindastóll
y Alicia se sentó en el sillón
og Alice settist í hægindastólinn
El sombrerero abrió mucho los ojos
hattasmiðurinn opnaði augun mjög opin
No podía creer lo que estaba viendo
Hann trúði ekki því sem hann sá
Pero su mente tenía curiosidad por otras cosas
en hugur hans var forvitinn um aðra hluti
—¿Por qué un cuervo es como un escritorio?
"Af hverju er hrafn eins og skrifborð?"
Alicia estaba abierta al reto
Alice var opin fyrir áskoruninni
"Me alegro de que hayan empezado a hacer adivinanzas"
"Ég er ánægður með að þeir eru farnir að spyrja gáta"
—Creo que puedo adivinarlo —añadió en voz alta—
"Ég held að ég geti giskað á það," bætti hún við upphátt
La liebre de marzo sintió curiosidad por Alicia
Hérinn varð forvitinn um Alice
"¿De verdad crees que puedes encontrar la respuesta?"
"Heldurðu virkilega að þú getir fundið svarið?"
—Creo que puedo encontrar la respuesta —dijo Alicia—
"Ég held að ég geti fundið svarið," sagði Alice
—Entonces deberías decir lo que quieres decir —prosiguió la liebre de la marcha—
"Þá ættirðu að segja það sem þú meinar," hélt hérinn áfram
—Digo lo que quiero decir —respondió Alicia apresuradamente—
"Ég segi það sem ég meina," svaraði Alice í flýti
"por lo menos quiero decir lo que digo"
"að minnsta kosti meina ég það sem ég segi"
"Es lo mismo, ¿sabes?"
"Það er sami hluturinn, þú veist"
El lirón también contribuyó a la conversación
Svefnmúsin lagði einnig sitt af mörkum til samtalsins
Pero el lirón parecía estar hablando en sueños
en svefnmúsin virtist tala í svefni

"Respiro cuando duermo"
"Ég anda þegar ég sef"
"¡Duermo cuando respiro!"
"Ég sef þegar ég anda!"
"Bien podría decirse que también son lo mismo"
"Þú gætir alveg eins sagt að þeir séu eins líka"
-A ti te pasa lo mismo -dijo el sombrerero-
"Það er það sama með þig," sagði hattasmiðurinn
Y echó un poco de té en la nariz del lirón
og hann hellti dálitlu tei á nefið á svefnmúsinni
El Lirón sacudió la cabeza con impaciencia
Svefnmúsin hristi höfuðið óþolinmóð
Y volvió a hablar el Lirón, sin abrir los ojos
og aftur talaði svefnmúsin án þess að opna augun
"Por supuesto, por supuesto que es lo mismo"
"Auðvitað, auðvitað er það það sama"
"eso es justo lo que iba a decir yo mismo"
"Það var bara það sem ég ætlaði að segja sjálfur"

El sombrerero se volvió hacia Alicia y le hizo otra pregunta

Hattasmiðurinn sneri sér að Alice og spurði annarrar spurningar

—¿Ya has adivinado el enigma?

"Hefurðu giskað á gátuna ennþá?"

—No, me rindo —concedió Alicia—

"Nei, ég gefst upp," viðurkenndi Alice

"¿Cuál es la respuesta?", quiso saber

"Hvert er svarið?" vildi hún vita

—No tengo la menor idea —dijo el sombrerero—

"Ég hef ekki minnstu hugmynd," sagði hattasmiðurinn

-Ni yo lo sé -dijo la liebre-

"Ég veit það ekki heldur," sagði hérinn

Alicia dio un suspiro de cansancio

Alice andvarpaði þreytulega

"Hay mejores usos del tiempo que los enigmas sin respuestas"

"Það er til betri nýting tímans en gátur án svara"

-¡Toma un poco más de té! -dijo la liebre a Alicia, muy seriamente-

"Fáðu þér meira te," sagði hérinn við Alice mjög einlæglega

Alicia se sintió bastante ofendida por la oferta

Alice var mjög móðguð yfir tilboðinu

—Todavía no he tomado el té —respondió Alicia—

"Ég hef ekki fengið mér te ennþá," svaraði Alice

"por lo tanto, no puedo tomar más té"

"þess vegna get ég ekki fengið meira te"

—Quieres decir que no puedes tomar menos té —dijo el sombrerero—

"Þú meinar að þú getir ekki fengið minna te," sagði hattasmiðurinn

"Es muy fácil llevarse más que nada"

"Það er mjög auðvelt að taka meira en ekkert"

Al oír esto, Alicia se levantó y se marchó

Við þetta stóð Alice upp og gekk í burtu

El lirón se durmió al instante

Svefnmúsin sofnaði samstundis

y ninguno de los otros hizo la menor atención de que ella se
fuera

og hvorugur hinna gaf minnstu gaum að hún færi

aunque miró hacia atrás una o dos veces

þó hún líti til baka einu sinni eða tvisvar

Intentaban meter el lirón en la tetera

þeir voru að reyna að stinga svefnmúsinni í tekönnuna

-De todos modos, ¡no volveré a ir allí! -dijo Alicia-

"Ég fer allavega aldrei þangað aftur!" sagði Alice

Y ella caminó su camino a través del bosque

og hún gekk leið sína í gegnum skóginn

**"Esa fue la fiesta del té más estúpida a la que he ido en mi
vida"**

"þetta var heimskulegasta teboð sem ég hef farið í"

Justo cuando dijo esto, notó algo

Rétt þegar hún sagði þetta tók hún eftir einhverju

**Uno de los árboles tenía una puerta que daba directamente a
él**

eitt trénna var með hurð sem leiddi beint inn í það

"¡Eso es muy interesante!", pensó

"Það er mjög áhugavert!" hugsaði hún

"Creo que es mejor que pase por la puerta"

"Ég held að ég geti alveg eins farið inn um dyrnar"

Y entró por la puerta

Og inn um dyrnar gekk hún

Una vez más se encontró en el largo pasillo

Enn einu sinni var hún komin inn í langa salinn

De nuevo estaba cerca de la mesita de cristal

aftur var hún nálægt litla glerborðinu

Ella tomó la pequeña llave de oro

Hún tók litla gulllykilinn

Y abrió la puerta que daba al jardín

og hún opnaði dyrnar, sem lágu út í garðinn

Luego se puso manos a la obra mordisqueando el hongo

Svo hófst hún handa við að narta í sveppinn

Había guardado un trozo de la seta en el bolsillo

Hún hafði geymt stykki af sveppnum í vasanum

Y, por último, medía alrededor de un metro de altura
og loks var hún um metri á hæð
Luego caminó por el pequeño pasillo
svo gekk hún eftir litla ganginum
Y entonces finalmente se encontró en el hermoso jardín
og þá var hún loksins komin í fallega garðinn
y ella estaba entre la flor brillante y las fuentes frescas
Og hún var meðal bjartra blóma og svalra gosbrunna

El campo de croquet de la reina

Krikketvöllur drottningarinnar

Un gran rosal se alzaba cerca de la entrada del jardín

Stórt rósatré stóð við innganginn til garðsins

Las rosas que crecían en el árbol eran blancas

rósirnar sem uxu á trénu voru hvítar

Pero había tres jardineros pintando la rosa

en það voru þrír garðyrkjumenn að mála rósina

Estaban ocupados pintando las rosas de rojo

þeir voru önnum kafnir við að mála rósirnar rauðar

y Alicia los miraba pintar las rosas de rojo

og Alice horfði á þá mála rósirnar rauðar

y de repente sus ojos se posaron por casualidad en Alicia

og skyndilega féllu augu þeirra á Alice

Alicia habló un poco tímidamente

Alice talaði svolítið feimnislega

—¿Podría decírmelo, por favor?

"Viltu segja mér það, vinsamlegast;"

"¿Por qué están pintando todas esas rosas?"

"Af hverju eruð þið öll að mála þessar rósir?"

Cinco y siete no dijeron nada, pero miraron a dos

fimm og sjö sögðu ekkert, en litu á tvo

Dos hablaron, en voz baja

tveir töluðu lágt

"Vaya, el hecho es que ya lo ve, señora"

"Staðreyndin er sú, sjáðu til, frú"

"Esto de aquí debería haber sido un rosal rojo"

"þetta hefði átt að vera rautt rósatré"

"Y pusimos un rosal blanco por error"

"og við settum hvítt rósatré í fyrir mistök"

"Como estarás de acuerdo, la Reina no debe enterarse"

"Eins og þú ert sammála má drottningin ekki komast að því"

"De lo contrario, nos cortarían la cabeza a todos"

"annars myndum við öll láta höggva höfuðið af okkur"

"Así que ya ve, señora, estamos haciendo lo mejor que podemos"

"Svo þú sérð, frú, við erum að gera okkar besta"

La Carta Cinco había estado mirando ansiosamente a través del jardín

Spil fimm hafði horft áhyggjufullt yfir garðinn

En ese momento, la carta cinco gritó: "¡La reina! ¡La reina!"

Á þessu augnabliki kallaði á spil fimm: "Drottningin! Drottningin!"

Y los tres jardineros se escabulleron al instante

og garðyrkjumennirnir þrír flýttu sér samstundis í burtu

Y se arrojaron de bruces

og þeir fleygðu sér flötum á andlit sér

Se oyó el sonido de muchos pasos

Mörg fótatak heyrðust

Alicia miró a su alrededor, ansiosa por ver a la reina

Alice leit í kringum sig, spennt að sjá drottninguna

Al comienzo de la procesión había diez soldados

Við upphaf göngunnar voru tíu hermenn

Sus manos y pies estaban en las esquinas

hendur þeirra og fætur voru í hornum

y en sus manos y pies había garrotes

og í höndum þeirra og fótum voru kylfur

Luego vinieron los diez cortesanos

Næst komu hirðmennirnir tíu

Los cortesanos estaban adornados con diamantes

hirðmennirnir voru prýddir demöntum út um allt

Después de los cortesanos venían los hijos reales

Á eftir hirðmönnunum komu konungsbörnin

Eran diez los hijos de la realeza

Það voru tíu af konunglegu börnunum

y todos los niños reales estaban adornados con corazones

og öll konungsbörnin voru prýdd hjörtum

Luego vinieron los invitados; en su mayoría reyes y reinas

Næst komu gestirnir; aðallega kóngar og drottningar

y entre los reyes y la reina, Alicia vio a alguien

og meðal konunganna og drottningar sá Lísa einhvern

Volvió a ver al conejo blanco que había perseguido

Hún sá aftur hvítu kanínuna sem hún hafði elt

La procesión fue seguida por la sota de los corazones

Göngunni var fylgt hjörtum
Llevaba la corona del rey
hann bar kórónu konungs
y la corona del rey estába sobre un cojín de terciopelo carmesí
og kóróna konungs var á rauðum flauelspúða
Y entonces llegó el final de esta gran procesión
og svo lauk þessari miklu skrúðgöngu
Y allí, al final, estaban el Rey y la Reina de Corazones
og þar í lokin voru konungur og drottning hjartans
la procesión venía frente a Alicia
skrúðgangan kom á móti Alice
Y todos se detuvieron y la miraron
og þeir stoppuðu allir og litu á hana
Y la reina dijo severamente: "¿Quién es éste?"
Og drottning sagði alvarlega: "Hver er þetta?"
Se lo dijo a la Sota de Corazones
Hún sagði það við hjörtuhnútinn
Pero él se limitó a hacer una reverencia y a sonreír en respuesta
en hann hneigði sig bara og brosti til svars
Alicia habló muy cortésmente
Alice talaði mjög kurteislega
"Mi nombre es Alicia, así que por favor, su majestad"
"Ég heiti Alice, svo þóknast yðar hátign"
Pero ella tenía otros pensamientos para sí misma
en hún hafði aðrar hugsanir út af fyrir sig
"¡Después de todo, son solo un mazo de cartas!"
"Þetta eru jú bara spilapakki!"
"¿Sabes jugar al croquet?", gritó la reina
"Geturðu spilað krikket?" hrópaði drottningin
Era evidente que la pregunta iba dirigida a Alicia
Spurningin var greinilega ætluð Alice
-¡Sí! -dijo Alicia en voz alta-
"Já!" sagði Alice hátt
—¡Ven a jugar! —rugió la reina—
"Komdu og leiktu þá!" öskraði drottningin

una voz tímida le habló a Alicia
huglítil rödd talaði við Alice
"¡Es un día muy hermoso!"
"Þetta er mjög góður dagur!"
Caminaba junto al conejo blanco
Hún gekk hjá hvítu kanínunni
y el Conejo Blanco la miraba ansiosamente a la cara
og hvíta kanínan gægðist áhyggjufull í andlit hennar
—Un día muy bueno —confirmó Alicia—
"Sannarlega góður dagur," staðfesti Alice
—¿Dónde está la duquesa?
"Hvar er hertogaynjan?"
"¡Silencio! ¡Silencio!", dijo el Conejo
"Þegi! Þegi!" sagði kanínan
"Está condenada a muerte"
"Hún er dæmd til aftöku"
—¿Por qué la ejecutan? —preguntó Alicia
"Fyrir hvað er verið að taka hana af lífi?" spurði Alice
—Le ha rayado las orejas a la reina —empezó a decir el conejo—
"Hún klóraði eyrun á drottningunni," byrjaði kanínan
—gritó la Reina con voz de trueno—
Drottningin hrópaði þrumuröddu
"¡Vayan a sus lugares!"
"Komdu á staðina þína!"
Y la gente empezó a correr en todas direcciones
og fólk tók að hlaupa um í allar áttir
y todos tropezaron unos con otros
og þeir hrundu allir hver á móti öðrum
Sin embargo, se calmaron en uno o dos minutos
Hins vegar náðu þeir að jafna sig á einni eða tveimur mínútum
Y entonces comenzó el juego
og þá hófst leikurinn
Alicia nunca había visto un campo de croquet tan curioso
Alice hafði aldrei séð jafn forvitnilegan krikketvöll
La hierba era todo crestas y surcos

Grasið var allt hryggir og rófur
Las bolas de croquet eran erizos de verdad
Krikketboltarnir voru alvöru broddgeltir
y los mazos eran flamencos de verdad
og hamrarnir voru alvöru flamingóar
Y los soldados se pusieron de pie sobre sus manos y sus pies
Og hermennirnir stóðu á höndum og fótum
porque los arcos estaban hechos de sus cuerpos
vegna þess að bogarnir voru gerðir úr líkama þeirra
Todos los jugadores jugaron a la vez
Leikmennirnir spiluðu allir í einu
Nadie esperó su turno
enginn beið eftir að röðin kæmi að þeim
y todos se peleaban con todos
og allir deildu við alla
y todos luchaban por los erizos
og allir börðust fyrir broddgeltina
Pronto la reina se vio presa de una furiosa pasión
Brátt varð drottningin í ofsafenginni ástríðu
Y empezó a patalear y a gritar
og hún byrjaði að stappa um og hrópa
"¡Córtale la cabeza!"
"Höggvið höfuðið af honum!"
"¡Córtale la cabeza!"
"Höggvið höfuðið af henni!"
"¡Córtale la cabeza a todos!"
"Höggvið höfuðið af þeim!"
De nuevo Alicia pensó para sí misma
Aftur hugsaði Alice með sjálfri sér
"Son terriblemente aficionados a decapitar a la gente aquí"
"Þeir eru hræðilega hrifnir af því að hálshöggva fólk hérna"
"¡La gran maravilla es que quede alguien vivo!"
"Stóra undrið er að það er einhver eftir á lífi!"
Buscaba alguna vía de escape
Hún var að leita að einhverri undankomuleið
Notó una curiosa apariencia en el aire
hún tók eftir forvitnilegum svip í loftinu

«Es el gato de Cheshire», se dijo a sí misma
"Þetta er Cheshire-kötturinn," sagði hún við sjálfa sig
"Ahora tendré a alguien con quien hablar"
"nú skal ég hafa einhvern til að tala við"
—¿Cómo te va? —preguntó el gato
"Hvernig hefurðu það?" sagði kötturinn
—No creo que jueguen nada limpio —dijo Alicia—
"Mér finnst þeir alls ekki spila sanngjarnt," sagði Alice
Y tenía un tono bastante quejumbroso
og hún hafði frekar kvartandi tón
"Todos se pelean tan terriblemente"
"þeir rífast allir svo hræðilega"
"Uno no se oye hablar"
"Maður heyrir ekki sjálfan sig tala"
"Y no parecen jugar con ninguna regla"
"Og þeir virðast ekki spila eftir neinum reglum"
el gato le hizo una pregunta a Alicia en voz baja
kötturinn spurði Alice lágt
—¿Qué te parece la reina?
"Hvernig líst þér á drottninguna?"
—No me gusta nada —dijo Alicia—
"Mér líkar alls ekki við hana," sagði Alice

Alicia pensó que sería mejor que volviera

Alice hugsaði með sér að hún gæti alveg eins farið til baka

Quería ver cómo iba el partido

Hún vildi sjá hvernig leikurinn gengi

Se fue en busca de su erizo

Hún fór í leit að broddgeltinum sínum

El erizo estaba ocupado luchando contra otro erizo

Broddgölturinn var upptekinn við að berjast við annan broddgelt

Esta fue una excelente oportunidad

Þetta var frábært tækifæri

Podía hacer croquet a un erizo con el otro

hún gat krikket annan broddgeltinn með hinum

Pero su flamenco estaba al otro lado del jardín

en flamingóinn hennar var hinum megin við garðinn

El flamenco era bastante torpe

Flamingóinn var frekar klaufalegur

Su flamenco intentaba volar hacia un árbol

Flamingóinn hennar var að reyna að fljúga upp í tré

Atrapó al flamenco por la pierna

Hún greip flamingóinn í fótinn

Y guardó el flamenco bajo el brazo

og hún stakk flamingónum undir handlegginn

De esa manera, el flamenco no pudo escapar de nuevo

Þannig gat flamingóinn ekki sloppið aftur

Justo en ese momento Alicia se encontró con la duquesa

Einmitt þá hitti Alice hertogaynjuna fyrir tilviljun

La duquesa ya había salido de la cárcel

Hertogaynjan var nú laus úr fangelsi

Metió cariñosamente su brazo bajo el brazo de Alicia

Hún lagði handlegginn ástúðlega undir handlegg Alice

Y luego se fueron juntos

og síðan gengu þeir burt saman

Alicia se alegró mucho de encontrarla de tan buen humor

Alice var mjög fegin að finna hana í svona góðu skapi

Sin embargo, estaba un poco asustada

Henni var þó svolítið brugðið

Oyó la voz de la duquesa cerca de su oído
Hún heyrði rödd hertogaynjunnar nálægt eyra sér
"Estás pensando en algo, querida"
"Þú ert að hugsa um eitthvað, elskan mín"
"Y eso hace que te olvides de hablar"
"Og það fær þig til að gleyma að tala"
—El juego va bastante mejor ahora —dijo Alicia—
"Leikurinn gengur heldur betur núna," sagði Alice
Era una forma de mantener la conversación
það var ein leið til að halda samtalinu gangandi
-Así es -dijo la duquesa-
"Svo er það," sagði hertogaynjan
"Y la moraleja de eso es esta:"
"Og boðskapurinn í því er þessi:"
"¡Es el amor el que lo hace todo!"
"Það er ástin sem gerir allt!"
"El amor es lo que hace que el mundo gire"
"Ástin er það sem fær heiminn til að snúast"
Alicia tenía otra explicación
Alice hafði aðra skýringu
**"¡Lo hace todo el mundo ocupándose de sus propios
asuntos!"**
"Það er gert með því að allir hugsi um sín mál!"
—¡Ah, bueno! Podrías tener razón"
"Jæja! Þú gætir haft rétt fyrir þér"
-Todo significa lo mismo -dijo la duquesa-
"Þetta þýðir allt það sama," sagði hertogaynjan
y hundió su afilada barbilla en el hombro de Alicia
og hún gróf beitta litla hökuna sína í öxlina á Alice
"Y la moraleja de eso es esta"
"Og boðskapurinn í því er þessi"
"Cuida el sentido"
"Gættu að skilningarvitinu"
"Y entonces los sonidos se encargarán de sí mismos"
"Og þá munu hljóðin sjá um sig sjálf"
Pero entonces el brazo de la duquesa empezó a temblar
en þá tók handleggur hertogaynjunnar að skjálfa

Alicia alzó la vista y allí estaba la reina
Alice leit upp og þar stóð drottningin
La reina tenía los brazos cruzados
drottningin var með krosslagða hendur
¡Y ella fruncía el ceño como una tormenta eléctrica!
og hún gretti sig eins og þrumuveður!
—Te advierto —gritó la reina—
"Ég gef þér sanngjarna viðvörun," hrópaði drottningin
Y pisoteó el suelo mientras hablaba
og hún stappaði á jörðina meðan hún talaði
"O tu cabeza o la suya deben estar cortadas"
"annað hvort verður höfuðið á þér eða höfðinu að vera af"
"¡Toma tu decisión!"
"Taktu þitt val!"
"Y ser rápido al respecto"
"og vertu fljótur að því"
La duquesa hizo su elección
Hertogaynjan tók ákvörðun sína
Y al cabo de un instante la duquesa se fue
og innan skamms var hertogaynjan farin
Entonces la reina le habló a Alicia
Þá talaði drottningin við Lísu
"Sigamos con el juego"
"Höldum áfram með leikinn"
Alicia estaba demasiado asustada para decir una palabra
Alice var of hrædd til að segja orð
Y la siguió lentamente hasta el campo de croquet
og hún fylgdi henni hægt aftur að krikketvellinum
Todo el tiempo la Reina se peleó con los otros jugadores
allan tímann rifist drottningin við hina leikmennina
"¡Córtale la cabeza!"
"Höggvið höfuðið af honum!"
"¡Córtale la cabeza!"
"Höggvið höfuðið af henni!"
"¡Córtale la cabeza a todos!"
"Höggvið höfuðið af þeim!"
Pronto todos los jugadores estaban bajo custodia

Fljótlega voru allir leikmennirnir í haldi
solo quedaron el rey, la reina y Alicia
aðeins konungurinn, drottningin og Lísa voru eftir
Entonces la reina se marchó, casi sin aliento
Þá fór drottningin, alveg andlaus
y se fue con Alicia
og hún gekk í burtu með Alice
Alicia oyó que el rey decía algo en voz baja
Alice heyrði konunginn segja eitthvað hljóðlega
"Estáis todos perdonados"
"Þið eruð öll fyrirgefin"
Pero de repente se oyó otro grito
en skyndilega heyrðist annað hróp
"¡El juicio está comenzando!"
"Réttarhöldin eru að hefjast!"
y Alicia corrió con los demás
og Alice hljóp með hinum

¿Quién robó las tartas?

Hver stal tertunum?

El rey y la reina de corazones estaban sentados

Konungur og hjartadrottning sátu

estaban en su trono cuando llegó Alicia

þau voru í hásæti sínu þegar Alice kom

Había una gran multitud reunida a su alrededor

Mikill mannfjöldi safnaðist saman í kringum þá

Había todo tipo de pajaritos y bestias

þar voru alls konar smáfuglar og skepnur

Y allí estaba toda la baraja de cartas

og þarna var allur spilapakkinn

La sota estaba de pie frente a ellos, encadenada

Knáinn stóð fyrir framan þá, í fjötrum

y había un soldado a cada lado para custodiarlo

og hermaður var á hvorri hlið til að gæta hans

cerca del Rey estaba el conejo blanco

hjá konunginum var hvíta kanínan

Tenía una trompeta en una mano

hann var með lúðra í annarri hendi

y tenía un rollo de pergamino en la otra mano

og hann hafði bókrollu af skinni í hinni hendinni

En el centro del patio había una mesa

Á miðjum vellinum var borð

Sobre la mesa había un gran plato de tartas

Á borðinu var stór skál með tertum

«Ojalá hicieran el juicio», pensó Alicia

"Ég vildi að þeir myndu klára réttarhöldin," hugsaði Alice

—¡Entonces podríamos comer algunos de esos refrescos!

"Þá gætum við borðað eitthvað af þessum veitingum!"

El juez, por cierto, era el rey
Dómarinn var konungurinn
y llevaba su corona sobre su gran peluca
og hann bar kórónu sína yfir hárkollunni miklu
«Ésa es la tribuna del jurado», pensó Alicia
"Það er kviðdómurinn," hugsaði Alice
"Y esas doce criaturas, supongo que son los miembros del jurado"
"og þessar tólf skepnur, ég geri ráð fyrir að þær séu kviðdómendurnir"
algunos eran animales y otros eran pájaros
sumir voru dýr og sumir fuglar
En ese momento el conejo blanco gritó
Einmitt þá hrópaði hvíta kanínan

"¡Silencio en la corte!"
"Þögn í dómstólnum!"
"¡Heraldo, lee la acusación!", dijo el rey
"Heraldi, lestu ákæruna!" sagði konungur
El Conejo Blanco tocó tres veces la trompeta
Hvíta kanínan blés þrjú högg á lúðurinn
Luego desenrolló el rollo de pergamino
Síðan rúllaði hann upp pergamentbókrollunni
Y leyó lo siguiente:
og hann las svo:
"La reina de corazones, hizo unas tartas"
"Hjartadrottningin, hún bjó til tertur,"
"Todo esto lo hizo en un día de verano"
"Allt þetta gerði hún á sumardegi"
"La sota de los corazones, robó esas tartas"
"Hjörtuhjörtun, hann stal þessum tertum"
—¡Y se llevó esas tartas muy lejos!
"Og hann tók þessar tertur langt í burtu!"
—Llama al primer testigo —dijo el rey—
"Kalla fyrsta vottið," sagði konungur
y el conejo blanco tocó tres veces la trompeta
og hvíta kanínan blés þrjú högg á lúðurinn
"¡Traigan al primer testigo!", gritó
"Komdu með fyrsta vitnið!" kallaði hann
El primer testigo fue el sombrerero
Fyrsta vitnið var hattasmiðurinn
Entró con una taza de té en una mano
Hann kom inn með tebolla í annarri hendi
Y tenía un pedazo de pan con mantequilla en la otra mano
og hann hafði brauðbita og smjör í hinni hendinni
—Tendrías que haber terminado —dijo el rey—
"Þú hefðir átt að klára," sagði konungur
—¿Cuándo empezaste?
"Hvenær byrjaðir þú?"
El sombrerero miró a la liebre de marcha
Hattasmiðurinn leit á hérann
La Liebre de Marzo lo había seguido hasta el patio

Hérinn hafði fylgt honum inn í hirðina
Había caminado del brazo del lirón
Hann hafði gengið hönd í hönd með svefnmúsinni
—El catorce de marzo, creo que fue —dijo—
"Fjórtándi mars, held ég að það hafi verið," sagði hann
—Da tu testimonio —dijo el rey—
"Gefðu vitnisburð þinn," sagði konungur
"Y no te pongas nervioso, o te haré ejecutar en el acto"
"og ekki vera stressaður, annars læt ég taka þig af lífi á staðnum"
Esto no pareció animar en absoluto al testigo
Þetta virtist alls ekki hvetja vitnið
Seguía moviéndose de un pie al otro
Hann færði sig stöðugt frá einum fæti til annars
Y miró inquieto a la reina
Og hann leit órólegur á drottninguna
Y, en su confusión, mordió un gran trozo de su taza de té
og í ringulreið sinni beit hann stóran bita úr tebollanum sínum
En realidad, tenía la intención de morder de su pan y mantequilla
í raun ætlaði hann að bíta af brauði sínu og smjöri
Justo en ese momento, Alicia sintió una sensación muy curiosa
Einmitt á þessu augnabliki fann Alice fyrir mjög forvitnilegri tilfinningu
Empezaba a crecer de nuevo
hún var farin að stækka aftur
Al miserable sombrerero se le cayó la taza de té
Vesalings hattasmiðurinn missti tebollann sinn
y el pan y la mantequilla cayeron al suelo
og brauðið og smjörið féll til jarðar
Y cayó sobre una rodilla
Og hann féll á kné
—Soy un pobre hombre, majestad —comenzó—
"Ég er fátækur maður, yðar hátign," byrjaði hann
—Eres un orador muy malo —dijo el rey—
"Þú ert mjög lélegur ræðumaður," sagði konungur

—Puedes irte —dijo el rey—
"Þú mátt fara," sagði konungur
Y el sombrerero abandonó apresuradamente el patio
og hattasmiðurinn yfirgaf hirðina í flýti
—¡Llama al próximo testigo! —dijo el rey—
"Kalla næsta vitni!" sagði konungur
El siguiente testigo fue el cocinero de la duquesa
Næsta vitni var kokkur hertogaynjunnar
Llevaba la caja de pimienta en la mano
Hún bar piparkassann í hendinni
Y la gente que estaba cerca de la puerta empezó a estornudar de repente
og fólkið nálægt dyrunum tók að hnerra allt í einu
—Da tu testimonio —dijo el rey—
"Gefðu vitnisburð þinn," sagði konungur
-No daré ninguna prueba -dijo el cocinero-
"Ég skal ekki bera vitni," sagði kokkurinn
El rey miró ansiosamente al conejo blanco
Konungurinn horfði áhyggjufullur á hvítu kanínuna
Y el conejo blanco habló en voz baja
og hvíta kanínan talaði lágri röddu
"Su Majestad debe interrogar a este testigo"
"Yðar hátign verður að yfirheyra þetta vitni"
"Bueno, si debo, debo", dijo el rey
"Jæja, ef ég þarf, þá verð ég að gera það," sagði konungur
"¿De qué están hechas las tartas?"
"Úr hverju eru tertur?"
—Las tartas están hechas de pimienta, en su mayoría —dijo el cocinero—
"Tertur eru aðallega úr pipar," sagði kokkurinn
Durante algunos minutos, toda la corte estuvo en confusión
Í nokkrar mínútur var allur völlurinn ringlaður
Con el tiempo, todos se calmaron de nuevo
að lokum settust þeir allir aftur
Pero para entonces el cocinero había desaparecido
en þá var kokkurinn horfinn
"¡No importa!", dijo el rey

"Alveg sama!" sagði konungur
"Llamar al estrado al próximo testigo"
"Kalla næsta vitni í stúkuna"
Alicia observó al conejo blanco mientras él repasaba a tientas la lista
Alice horfði á hvítu kanínuna þegar hann fálmaði yfir listann
Puedes imaginar su sorpresa por lo que escuchó a continuación
Þú getur ímyndað þér undrun hennar á því sem hún heyrði næst
con su vocecita estridente, llamó el nombre de «¡Alicia!»
af fullri lítilli rödd sinni kallaði hann nafnið "Alice!"

La evidencia de Alicia
Sönnunargögn Alice

-¡Aquí! -exclamó Alicia-
"Hérna!" hrópaði Alice
Se levantó de un salto a toda prisa
Hún stökk upp í miklum flýti
Y volcó el estrado del jurado
og hún velti kviðdómskassanum
y derribó a todos los miembros del jurado
og hún velti öllum kviðdómendum
y cayeron sobre las cabezas de la muchedumbre de abajo
og þeir féllu til höfuðs mannfjöldanum fyrir neðan
Alicia estaba muy consternada
Alice var í mikilli skelfingu
"¡Oh, le ruego que me perdone!", exclamó
"Ó, ég bið þig fyrirgefningar!" hrópaði hún
—El juicio no puede continuar —dijo el rey—
"Réttarhöldin geta ekki haldið áfram," sagði konungur
"Los miembros del jurado deben volver a ocupar su lugar"
"Kviðdómsmennirnir verða að komast aftur á sinn rétta stað"
Repitió la orden con gran énfasis
hann endurtók skipunina með mikilli áherslu
y miró a Alicia con severidad
og hann horfði strangur á Alice
—¿Qué sabe usted de estos acontecimientos? —preguntó el rey a Alicia
"Hvað veist þú um þessa atburði?" spurði konungurinn Lísu
—No sé nada sobre el tema —dijo Alicia—
"Ég veit ekkert um málið," sagði Alice
Entonces el rey leyó de su libro
Konungur las þá úr bók sinni
"Regla cuarenta y dos"
"Regla fjörutíu og tveir"
"Todas las personas que tengan más de una milla de altura deben abandonar el tribunal"
"Allir einstaklingar sem eru meira en mílu á hæð eiga að yfirgefa dómstólinn"

—No mido ni una milla de altura —dijo Alicia—
"Ég er ekki mílu á hæð," sagði Alice
—Casi dos millas de altura —dijo la Reina—
"Næstum tvær mílur á hæð," sagði drottningin

—Bueno, me niego a ir —dijo Alicia—
"Jæja, ég neita að fara," sagði Alice
El rey palideció
Konungurinn fölnaði
Y cerró apresuradamente su cuaderno de notas
og hann lokaði minnisbók sinni í flýti
"Consideren su veredicto", le dijo al jurado
"Íhugaðu dóm þinn," sagði hann við kviðdóminn
Habló en voz baja y temblorosa
hann talaði lágri, skjálfandi röddu
Entonces habló el conejo blanco
Þá tók hvíta kanínan til máls
"Todavía hay más pruebas por venir"
"Það eru fleiri sönnunargögn að koma ennþá"
Y se levantó de un salto a toda prisa
og hann stökk upp í miklum flýti

"Este papel acaba de ser recogido"
"Þetta blað er nýbúið að taka upp"
"Parece ser una carta escrita por el prisionero"
"Þetta virðist vera bréf skrifað af fanganum"
Desdobló el papel mientras hablaba
Hann breiddi upp blaðið um leið og hann talaði
"Al fin y al cabo, no es una carta"
"Þetta er ekki bréf, þegar allt kemur til alls"
"Lo que era era un conjunto de versos"
"Það sem það var var safn af vísum"
—Por favor, majestad —dijo el bribón—
"Vinsamlegast, yðar hátign," sagði knáinn
"Yo no escribí esos versos"
"Ég skrifaði ekki þessar vísur"
"y no pueden probar que yo escribí nada"
"og þeir geta ekki sannað að ég hafi skrifað neitt"
"No hay ningún nombre firmado al final"
"Það er ekkert nafn undirritað í lokin"
El rey le habló a la sota
Konungur talaði við knáann
"Debes haber tenido la intención de causar algún daño"
"Þú hlýtur að hafa ætlað þér að valda einhverjum ógæfu"
**"De lo contrario, habrías firmado con tu nombre como un
hombre honrado"**
"annars hefðirðu skrifað undir nafn þitt eins og heiðarlegur
maður"
Hubo un aplauso general
Það var almennt handaklapp
Y el rey se volvió hacia el conejo blanco
Og konungur sneri sér að hvítu kanínunni
—Lee los versos —ordenó—
"Lestu versin," skipaði hann
Hubo un silencio sepulcral en la corte
Það var dauðaþögn í dómstólnum
Y el conejo blanco leyó los versos
og hvíta kanínan las upp versin
Me dijeron que habías estado con ella

Þeir sögðu mér að þú hefðir verið hjá henni
Y me mencionaron a él
Og þeir nefndu mig við hann
Ella me dio un buen carácter
Hún gaf mér góðan karakter
Pero ella dijo que yo no sabía nadar
En hún sagði að ég gæti ekki synt
Les mandó decir que yo no había ido
Hann sendi þeim skilaboð um að ég væri ekki farinn
Sabemos que es verdad
Við vitum að það er satt
Si ella insistiera en el asunto, ¿qué sería de ti?
Ef hún ýtti málinu áfram, hvað yrði um þig?
Yo le di uno, ellos le dieron dos
Ég gaf henni einn, þeir gáfu honum tvo
Nos diste tres o más
Þú gafst okkur þrjú eða fleiri
Todos volvieron de él a ti
Þeir sneru allir aftur frá honum til þín
aunque antes eran míos
þó þeir hafi verið mínir áður
Si yo o ella tuviéramos la oportunidad de serlo
Ef ég eða hún ætti að fá tækifæri til að vera
Si yo o ella estuviéramos involucrados en este asunto
Ef ég eða hún væri viðriðin þetta mál
Él confía en ti para liberarlos
Hann treystir þér til að frelsa þá
Exactamente como estábamos
Nákvæmlega eins og við vorum
Mi idea era que tú habías sido
Mín hugmynd var sú að þú hefðir verið
Antes de que ella tuviera este ataque
Áður en hún fékk þetta kast
Un obstáculo que se interpuso entre
Hindrun sem kom á milli
A Él, y a nosotros mismos, y a
Hann og við og það

No le dejes saber que a ella le gustaban más

Ekki láta hann vita að henni líkaði best við þá

Porque esto debe ser para siempre un secreto, guardado de todos los demás

Því að þetta hlýtur að vera leyndarmál að eilífu, haldið frá öllum hinum

Este secreto debe seguir siendo un secreto entre tú y yo

Þetta leyndarmál hlýtur að vera leyndarmál milli þín og mín

El rey quedó muy impresionado

Konungur var mjög hrifinn

"Esa es la prueba más importante que hemos escuchado hasta ahora"

"Þetta er mikilvægasta sönnunargagnið sem við höfum heyrt hingað til"

—No creo que esos versos tengan un átomo de significado — objetó Alicia—

"Ég trúi því ekki að þessi vers beri merkingaratóm," mótmælti Alice

el rey tenía su propia opinión al respecto

konungur hafði sína skoðun á málinu

"Si no hay significado en esas palabras, eso salva un mundo de problemas"

"Ef það er engin merking í þessum orðum, þá bjargar það heimi vandræða"

"Entonces no necesitamos tratar de encontrar el significado"

"Þá þurfum við ekki að reyna að finna merkinguna"

"Que el jurado considere su veredicto"

"Leyfðu kviðdómnum að íhuga niðurstöðu sína"

-¡No, no! -dijo la reina-

"Nei, nei!" segði drotningin

"Primero la sentencia y después el veredicto"

"Dómur fyrst – dómur á eftir"

-¡Tonterías y tonterías! -exclamó Alicia en voz alta-

"Dót og vitleysa!" sagði Alice hátt

"¡Qué tontería es sentenciar al acusado primero!"

"Hversu kjánalegt það er að dæma sakborninginn fyrst!"

—¡Cállate la lengua! —dijo la reina, poniéndose morada—
"Haltu kjafti!" sagði drottningin og varð fjólublá
-¡No me callaré! -exclamó Alicia-
"Ég mun ekki þegja!" sagði Alice
—gritó la Reina a voz en cuello—
Drottningin hrópaði af fullum krafti
"¡Córtale la cabeza!"
"Höggvið höfuðið af henni!"
Nadie hizo un movimiento
Enginn gerði hreyfingu
-¿A quién le importa lo que digas? -dijo Alicia-
"Hverjum er ekki sama hvað þú segir?" sagði Alice
Para entonces ya había crecido hasta alcanzar su tamaño completo
Hún var orðin fullorðin á þessum tíma
"¡No eres más que un mazo de cartas!"
"Þú ert ekkert annað en spilapakki!"
Al oír esto, todas las cartas se alzaron en el aire
Við þetta risu öll spilin upp í loftið
Y todas las cartas cayeron volando sobre ella

og öll spilin komu fljúgandi niður á hana
Ella dio un pequeño grito
Hún öskraði smá
Estaba medio asustada, pero también enojada
hún var hálf hrædd, en líka reið
Y trató de quitarse las cartas de encima
og hún reyndi að berjast við spilin af sjálfri sér
Y entonces se encontró tendida en el banco de hierba
og svo lá hún á grasbakkanum
Su cabeza estaba en el regazo de su hermana
höfuð hennar var í fangi systur sinnar
Algunas hojas muertas habían caído en su cara
nokkur dauð lauf höfðu lent á andliti hennar
Y su hermana estaba cepillando suavemente las hojas
og systir hennar burstaði laufin varlega burt
-¡Despierta, querida Alicia! -dijo su hermana-
"Vaknaðu, Alice elskan!" sagði systir hennar
—¡Qué sueño tan largo has tenido!
"Hvílíkur svefn sem þú hefur fengið!"
-¡Oh, he tenido un sueño tan curioso! -exclamó Alicia-
"Ó, mig dreymdi svo undarlegan draum!" sagði Alice
Y le contó a su hermana todo lo que podía recordar
Og hún sagði systur sinni allt sem hún mundi
todas las extrañas aventuras sobre las que acabas de leer
Öll undarlegu ævintýrin sem þú varst að lesa um
Alicia se levantó y salió corriendo
Alice stóð upp og hljóp í burtu
Y pensó, mientras corría, en su sueño
og hún hugsaði um drauminn á meðan hún hljóp
—¡Qué sueño tan maravilloso había sido!
"Hvílíkur draumur þetta hafði verið!"